आहि सुगम तरी...

शाळेतलं गणित अवघड का?

विजय श्रोत्रिय

Ahe Sugam Tari...
© Vijay Shrotriya, 2024

आहे सुगम तरी...
© विजय श्रोत्रिय, २०२४

प्रथम आवृत्ती	: १५ फेब्रुवारी २०२४
प्रकाशक	: सकाळ मीडिया प्रा. लि. ५१५, बुधवार पेठ, पुणे-४११ ००२
मुखपृष्ठ, मांडणी आणि मुद्रितशोधन	: सारद मजकूर, पुणे
मुद्रणस्थळ	: विकास प्रिंटिंग ऑण्ड कॅरिअर्स प्रा. लि. प्लॉट नं. ३२, एमआयडीसी, सातपूर, नाशिक
ISBN	: 978-81-19311-81-1
अधिक माहितीसाठी	: ०२०-२४४० ५६७८ / ८८८८८४९०५० sakalprakashan@esakal.com

The noblest pleasure is the
joy of understanding
- Leonardo da Vinci -

एखादी गोष्ट यथार्थ समजल्यानंतर होणारा आनंद
हेच खरं सुख, खरं समाधान.
– लिओनार्दो दा विंची –
१५ व्या शतकातील महान कलाकार आणि संशोधक

+ % ÷ =

शिक्षणव्यवस्थेच्या चौकटीत राहावे लागत असतानासुद्धा, त्या चौकटीबाहेर विद्यार्थ्यांना घेऊन जाण्याची तळमळ असलेल्या आणि त्या दृष्टीने प्रयत्नशील असणाऱ्या सर्व शिक्षक-शिक्षिकांना अर्पण.

+ % ÷ =

हे पुस्तक का लिहिलंय?

- विजय श्रोत्रिय

या पुस्तकाचा उगम साधारण चाळीस वर्षांपूर्वी झाला. दिल्लीत राहत असताना माझ्या एका मित्राच्या आठवीतल्या मुलीला घरी जाऊन गणितात मदत करण्याची संधी मिळाली होती. एकास-एक संवाद आणि मी माहितीचा असल्यामुळे मोकळं वातावरण होतं. तसंच, मी कुठल्याही शाळेतला शिक्षक किंवा ट्यूटर नसल्यामुळे तिच्यावर अपेक्षांचं कसलंही दडपण नव्हतं. त्यामुळे ती तिच्या शंका मोकळेपणानं बोलून दाखवायची.

हळूहळू मला जाणवायला लागलं; की ती जरी आठवीच्या वर्गात होती, तरी गणिताच्या दृष्टीनं पाचवी-सहावीतच होती. (नंतर असाच अनुभव मला पुढेही अनेक विद्यार्थ्यांच्या बाबतीत यायला लागला.) तिला एखादा प्रश्न समोर आला, तर कुठं आणि कशी सुरुवात करायची हेच कळायचं नाही. तरी मी तिला म्हणायचो, 'सुरुवात तर कर. मग पुढे बघू.' मग तिला जे समजलं असेल किंवा सुचलं असेल, तसं ती काहीतरी लिहायची. मग मी तिला गप्पा मारण्याच्या आविर्भावात विचारायचो, 'हे तू काय लिहिलंस? का लिहिलंस? याचा अर्थ काय?' असं करत करत मी तिला प्रश्नाचं विश्लेषण कसं करायचं हे एखादा इंजिनीअर जसा सर्वांगीण विचार करतो, त्या पद्धतीनं समजावून सांगायचो. एका तासात एक गणित जरी झालं तरी चालेल (किंवा पूर्ण नाही झालं तरीही चालेल), पण ते गणित सगळ्या अंगांनी 'पाहण्याची' सवय तिला लावली. गणित ही घाईनं करायची गोष्टच नाहीये हे पहिल्यांदा तिच्या मनात ठसवलं. हे तिला नवीन होतं!

मी 'एवढं कसं कळत नाही?' अशा अर्थाची प्रतिक्रिया कधीही दिली नाही. उलट तिला एखादी शंका आली, की मी तिला 'व्हेरी गुड, नाऊ यू आर लर्निंग' असं म्हणून 'आता असा विचार कर, आपण आता तसा विचार करून बघू' असं त्या शंकेबरोबर एखाद्या खेळासारखी

मजा करत असू. असं करत करत काही दिवसांनंतर तिलाही हे तंत्र जमायला लागलं. गणित सोपं वाटायला लागलं, आवडायला लागलं. 'ही मुलगी कशी पास होणार?' अशी तिच्या आईला चिंता असणारी मुलगी गणितात सत्तरच्या वर मार्कांनी पास झाली. पालकांना आश्चर्य आणि मुलीला आनंद झाला. मुख्य म्हणजे तिचा स्वतःवरचा विश्वास वाढला. दुसरं म्हणजे इतर विषयांतही तिची समज वाढली. मला माझा इंजिनीअरिंग दृष्टीकोन कामी येतोय याचं समाधान!

पुढे ऑस्ट्रेलियात गेल्यावर छंद (खाज) म्हणून गणित शिकवणं चालूच ठेवलं. वेगवेगळ्या देशांतून आलेल्या मुला-मुलींना बारावीपर्यंत गणित शिकवणं (शिकवणं हा शब्द मला खरंतर अजिबात आवडत नाही, त्याऐवजी गणितातला 'walk in the park' हा शब्द वापरावासा वाटतो!) चालू ठेवलं. मी सॉफ्टवेअर इंजिनीअर म्हणून काम करत होतो म्हणून माझा दृष्टीकोन त्यांना फ्रेश वाटायचा आणि 'ओह, गणित असं असतं होय!' असा पूरक अनुभव त्यांना मिळायचा.

बावीस वर्षांनंतर भारतात परत आलो, पण माझी जित्याची खोड काही जात नव्हती. पुण्यातल्या काही शाळांमध्ये हौस म्हणून गणिताचे वर्ग घेतले, (त्या मुख्याध्यापकांचे मनापासून आभार!) पण त्यात मी गणित 'शिकवलं' नाही तर गणिती विचार दिला. मुलांची गणिताकडे केवळ एक विषय म्हणून पाहण्याची दृष्टी विशाल केली. मुलं आनंद घेतात हा अनुभव आला. बरेच शिक्षक माझ्याकडे येऊन विचारायचे, 'तुमचं गुपित काय आहे?' त्याची परिणती म्हणजे हे पुस्तक. हे लेख गेल्या आठ-दहा वर्षांत लिहिले गेले. पुनःपुन्हा सुधारणा केल्या. अजूनही सुधारणा करता येतील. पण 'The Best never comes and the second best comes too late' या न्यायानं हे सध्याचं लिखाण या पुस्तकरूपानं आपल्यासमोर येत आहे. हरिदासाची कथा नेहमी मूळपदावर येते, तसं या लिखाणात काही मुद्दे पुनःपुन्हा आलेले आहेत; अर्थात जाणीवपूर्वक, पण वेगवेगळ्या संदर्भात! त्याची दोन कारणं आहेत. पहिलं म्हणजे मला ते मुद्दे महत्त्वाचे वाटतात आणि दुसरं म्हणजे प्रत्येक लेख हा स्वतंत्रपणे उभा राहिला पाहिजे असं मला वाटतं.

मी इंजिनीअरिंग कॉलेजमध्ये शिकत असताना उन्हाळ्याच्या सुट्टीत वडिलांनी घेतलेलं लोकमान्य टिळकांचं 'गीतारहस्य' कुतूहल म्हणून वाचायला घेतलं होतं. आश्चर्य म्हणजे अध्यात्माची ओळख नसलेला मी एकामागून एक चॅप्टर वाचत गेलो आणि बरंचसं समजलंही. एक गोष्ट माझ्या लक्षात आली, की आपण सायन्स किंवा फिजिक्सचं पुस्तक वाचतो आहे असं वाटावं इतकं ते पद्धतशीर आणि तार्किक होतं. नंतर समजलं, की लोकमान्य हे स्वतः उच्च दर्जाचे गणिती होते आणि म्हणूनच इतका सूक्ष्म आणि अवघड वाटणारा विषय ते इतक्या सुबोध पद्धतीनं मांडू शकले.

पुढे स्वामी विवेकानंदांची अशीच केवळ बुद्धी आणि तर्क यांवर आधारित अध्यात्मावरची

पुस्तकं वाचनात आली. अगम्य वाटणारं अध्यात्म हे आधुनिक विज्ञानाइतकंच किंबहुना जास्तच तर्कशुद्ध आणि अनुभवसिद्ध शास्त्र आहे आणि ते सुबोध होऊ शकतं असं लक्षात आलं. नंतर काही अधिकारी व्यक्तींकडून 'ज्ञानेश्वरी'वरची 'निरूपणं' ऐकायची संधी मिळाली आणि माझा हा समज अधिकच दृढ झाला. त्यापुढे ज्ञानेश्वरांचा हरिपाठ, तुकारामांचे अभंग, रामदास स्वामींचे मनाचे श्लोक, नाथांची भारुडं इत्यादी संतवाङ्मयाचा परिचय झाल्यावर तर माझी खात्रीच पटली, की अतिसूक्ष्म विषयही सोप्या भाषेत सामान्यांच्या अनुभवाच्या पातळीपर्यंत आणता येतात. मला सारखं वाटायचं, की गणिताच्या शिक्षणाच्या बाबतीत असं करता येईल का? 'Our difficulties in taking real, beautiful math up to students are often due to our approach to math and not the subject itself' (खरं, सुंदर गणित शाळेत विद्यार्थ्यांपर्यंत पोचतच नाही, याला कारण गणित अवघड आहे हे नसून, आपला गणिताकडे पाहण्याचा चुकीचा दृष्टीकोन हे आहे.') असं एका गणिताच्या ब्लॉगमध्ये वाचण्यात आलं आणि मला ते पटलं.

कारण माझ्या डोळ्यांपुढे होती, उन्हा-पावसात शाळेच्या दिशेनं लांब लांब अंतर पायी चालणारी खेडेगावातली मुलं आणि मुली. वाटायचं, की इतके कष्ट करून शाळेत गेल्यावर त्यांना आनंद वाटेल आणि आयुष्यभर उपयोगी पडेल असे पौष्टिक आणि चविष्ट गणिती विचारपद्धतीचं खाद्य त्यांच्या बुद्धीला सहज, सुबोध पद्धतीनं मिळणं ही त्यांची नितांत गरज आणि आपली जबाबदारी आहे. तसंच फारच तुटपुंजी साधनसामग्री हाताशी असलेले शिक्षक यांनाही संवाद, गोष्टी आणि उदाहरणं हीच साधनसामग्री वापरून गणित शिकवता आलं, तर त्यांनाही आनंद होईल. या लेखांमुळे निदान गणिताची अध्यापन-अध्ययन पद्धती बदलण्यात आणि विद्यार्थ्यांच्या डोक्यावरचं ओझं कमी करण्यात माझा काही हातभार लागला, तर मला खूप आनंद होईल.

गणितातही सौंदर्य आहे, ते आपण मुलांपर्यंत पोचवणं हे आपलं उत्तरदायित्व आहे. तळमजल्यावरच्या खिडकीतून बाहेर दिसणारा निसर्ग इतकाच, ही मुलांची धारणा बदलून उंच छतावरून दिसणारा निसर्ग दाखवणं हे शिक्षणपद्धतीचं कर्तव्य आहे असं मला वाटतं. म्हणून हे पुस्तक सर्वांसाठी आहे, विशेषतः शैक्षणिक धोरण ठरवणारे, अभ्यासक्रम आखणारे, पाठ्यपुस्तक लिहिणारे आणि गणित शिक्षक. मला शिकवताना काय अनुभव आले त्यावरून काढलेले निष्कर्ष, त्याला तज्ज्ञांचा असलेला दुजोरा आणि आपल्या मुलांना गणिताचा चांगला अनुभव यावा ही तळमळ हे माझं भांडवल आहे.

गणित खरोखरच अवघड आहे? ते शिकवायला अवघड आहे? का ते शिकायलाच अवघड आहे? पण मला प्रश्न पडतो तो वेगळाच. तो म्हणजे गणित अवघड आहे हे बहुतेक जण म्हणतात, पण गणित अवघड आहे हे कुणी आणि केव्हा शोधून काढलं? आणि एखादी परंपरा चालू ठेवावी किंवा राहावी या पद्धतीनं मुलं गणिताकडे नीट पाहण्याआधीच ते अवघड

असतं आणि म्हणून ते मला जमणार नाही असं ठरवतात. हे म्हणजे एखादा माणूस आपल्याला भेटायच्या आधीच जर त्याच्याविषयी आपल्या मनात चुकीच्या कल्पना असतील, तर त्या माणसाकडे आपण कधीच प्रेमानं पाहू शकणार नाही. तो माणूस आपल्याला कधीच समजणार नाही. मग आपल्याला वेळप्रसंगी उपयोगी पडणाऱ्या एका चांगल्या माणसाला आपण उगीचच शत्रू करून बसू.

गणित शिकवायला सुरुवात करण्याआधी गणित म्हणजे नक्की काय हे कुठल्याही क्रमिक पाठ्यपुस्तकात किंवा वर्गात सांगितलं जातं की नाही यात मला शंका आहे. आता जी गोष्ट आपल्याला मुळात माहीतच नाही, ती सोपी किंवा अवघड असेल असं कुणी ठरवलं? तर ज्यांनी ती गोष्ट आधी पाहिली, पण त्यांनाही ती तितकीशी समजलीच नाही त्यांनी. अज्ञाताची भीती या मानवी स्वभावविशेषामुळे, त्या न माहीत असलेल्या गोष्टीची भीती बाळगून स्वाभाविकपणे त्यापासून लांब पळणं, मग एक पळाला म्हणून दुसरा आणि दोघं पळाले म्हणून तिसरा असं मात्र होत राहिलं.

कल्पना करा. संध्याकाळच्या वेळेस, जेव्हा थोडा उजेड आणि थोडा अंधार असतो, एक माणूस कामावरून घराकडे येत असतो. इकडेतिकडे सहज बघत असताना वाटेत एक दोरी पडलेली असते. तिच्याकडे त्याचं लक्ष जातं, पण पुरेसा उजेड नसल्यामुळे तो नीट पाहू शकत नाही. त्यामुळे ती दोरी आहे हे त्याच्या लक्षात येत नाही. पण काहीतरी आहे हे निश्चित! माणसाची एक सवय आहे, तुम्ही कुणालाही काही विचारा, त्याला उत्तर माहीत असेल किंवा नसेल. तेव्हा विचारलेल्या प्रश्नाचं त्याचं उत्तर 'हो' किंवा 'नाही' असं असू शकतं, पण जेव्हा ते उत्तर 'माहीत नाही' असं असतं; तेव्हा तो माणूस तिथंच थांबत नाही, तर पुढची पुस्ती जोडतो की 'मला माहीत नाही, पण मला असं वाटतं...' स्वामी चिन्मयानंद यांच्या शब्दांत सांगायचं, तर 'misapprehension because of non-apprehension.' होते. मला माहीत नाही (non apprehension) हे रस्त्यात पडलेलं काय आहे, पण मला वाटतं (misapprehension) तो साप असेल. मग तो भीतीनं पळू लागेल. वाटेत भेटणाऱ्या प्रत्येकाला सांगेल की तिथं साप आहे.

आता हा साप कुणी निर्माण केला? त्या दोरीनं केला का? ती दोरी तिथं आहे हे कबूल, पण तिच्यावर पुरेसा प्रकाश नव्हता हे मुख्य कारण. काहीतरी आहे इतपत दिसण्यापुरता प्रकाश होता, पण जे दिसत आहे ते नक्की काय आहे हे कळण्याइतका प्रकाश नव्हता. अशावेळी बुद्धीनं विचार करण्याऐवजी मनच ठरवतं की तो साप आहे. आता साप आहे म्हटलं, की भीती आलीच. पण मी भित्रा आहे हे म्हणायला कुणालाच आवडत नाही. ती भीती झाकण्याचा तो प्रयत्न करतो. मग गणिताला साप समजून तो म्हणायला लागतो 'मला गणित आवडत नाही', 'गणित अवघडच आहे', 'गणित न शिकल्यामुळे माझं काय अडणार आहे?' मग ते शिकायची भानगडच नको. वाईट बातम्या आणि अफवा लवकर पसरतात.

त्या न्यायानं सगळेच म्हणू लागतात, 'गणित अवघड आहे'. या अंधश्रद्धेकडे कुणाचं लक्ष अजून कसं गेलं नाही?

जर रस्त्यात पडलेली वस्तू साप नसून केवळ दोरीच आहे असं कळलं, तर तो माणूस घाबरून पळून न जाता उलट सरळ ती दोरी उचलून तिच्याशी खेळायला लागेल आणि जाता जाता स्वतःची करमणूकही करून घेईल. तसंच वेळ पडलीच, तर तिचा उपयोगही करून घेईल. तर आता हा नसलेला साप 'नष्ट' कसा करायचा आणि त्याच्या जागी दोरी कशी 'निर्माण' करायची, हे या पुस्तकात अनेक अंगांनी मांडलेलं आहे. खरंतर गणित विषयाला सुरुवात करण्याआधी गणित म्हणजे नक्की काय, ते का शिकायचं, त्यात काय शिकायचं आणि त्याचा आपल्या जीवनाशी नक्की संबंध काय हे प्रश्न आणि त्याची विद्यार्थ्यांना पचतील अशी उत्तरं वैज्ञानिक पद्धतीनं मिळणं ही विद्यार्थ्यांची प्राथमिक गरज आहे. गणितातलं सौंदर्य आपल्या जीवनाच्या प्रत्येक अंगाला कसं स्पर्श करतं आणि आपलं जगणं कसं सोपं करतं हे दाखवून ते अभ्यासक्रमातच अंतर्भूत करायला हवं. गणित ही एक वैश्विक भाषा आहे हे अनेक तज्ज्ञांनी मान्य केलेलं आहे. म्हणून भाषेसारखं ते शिकवलं गेलं पाहिजे; परंतु शाळेत त्या भाषेतलं फक्त व्याकरणच शिकवलं जातं. नुसतं व्याकरण शिकायला कुणालाच आवडत नाही! म्हणून गणित भाषेचा निखळ आनंद मिळण्याऐवजी गणित विषय विद्यार्थ्यांना मानसिक तणाव देणारा आणि भीती निर्माण करणारा व्हावा, हे शिक्षणपद्धतीला निश्चितच भूषणावह नाही.

यावर उपाय काय, तो प्रत्यक्षात आणता येईल का आणि त्याचे लाभ काय ह्याचं सविस्तर विवेचन मी माझ्या स्वतःच्या शिकवण्याच्या अनुभवांवर केलेलं आहे. एक छोटासा अनुभव सांगतो. मार्च २०११ मध्ये पुण्यातील 'सरदार दस्तूर नोशेरवान गर्ल्स हायस्कूल' या शाळेत आठवीच्या वर्गाकरता 'भीतिमुक्त गणिता'चा एक सॅम्पल वर्ग मी घेतला. वर्ग संपल्यानंतर घरी जाताना सर्व विद्यार्थिनींना त्यांचा अनुभव कसा होता याविषयी एक फीडबॅक फॉर्म दिला. तीन तुकड्यांत मिळून साधारण पन्नास विद्यार्थिनी होत्या. जवळजवळ सर्वांनी fun, nice, good, easy, exciting, enjoy, new way, interesting ह्या शब्दांत प्रतिसाद दिला होता व आम्हाला पुन्हा असा तास हवाय असंही सांगितलं.

त्यानंतर प्राचार्यांनी (श्रीमती अनिता पंडित) पुढे काही दिवस हे चालू ठेवू असं सांगितलं. ते वर्ग सुरू होण्यापूर्वी मी एक सर्व्हे घेतला होता. त्यात गणित अवघड आहे असं ५४% आणि खूप अवघड आहे असं २४% विद्यार्थिनींनी मत नोंदवलं होतं. आठवड्यात दोन वर्ग याप्रमाणं दहा आठवडे मी काही टॉपिक्स हे गोष्टी आणि रोजच्या अनुभवातले प्रसंग वापरून प्रेझेंट केले. त्यावेळी सर्व विद्यार्थिनींची वह्या-पुस्तकं आणि पेन्स बंद असायची, गोष्टी ऐकताना असतं तसं!

दहा आठवड्यांनंतर पुन्हा एकदा सर्व्हे घेतला. त्यात फक्त ६% मुलींनी गणित अवघड

आहे आणि शून्य टक्के मुलींनी गणित खूप अवघड आहे असं मत नोंदवलं. याचं कारण एकच आणि ते म्हणजे गणित खरंच सोपं आहे आणि ते पुस्तकातून न येता आजूबाजूच्या जगातून येतं म्हणून सहज, सुंदर आणि नैसर्गिक आहे. जाताना या शाळेतल्या गणित शिक्षिकांनी 'तुम्ही यावर पुस्तक लिहा' असं सांगितलं. इतरही ठिकाणी मला असाच अनुभव येत राहिला.

आपण माणूस म्हणून जन्माला येतो, ते एक प्राणी म्हणून. जगायला लागणारं 'ज्ञान' हे सर्व प्राण्यांच्या अंगी उपजतच असतं, परंतु माणूस प्राण्याचं रूपांतर मानवात होतं ते संस्कारानं आणि शिक्षणानं. लहानपणी ते घरच्या आणि आजूबाजूच्या वातावरणानं होत असतं, पण पुढे सर्वांगीण म्हणजे, शारीरिक, मानसिक, बौद्धिक आणि नैतिक अंगानं ते व्हावं या उद्देशानं शाळा ही संस्था जगन्मान्य झाली; परंतु त्यात अभिप्रेत असलेलं मुख्य म्हणजे स्वतंत्र, तर्कशुद्ध विचार करायला शिकवणं हे शालेय शिक्षणात अभावानंच आढळतं हा माझा अनुभव आहे.

शालेय शिक्षण हे शिक्षक-विद्यार्थी संवाद, विज्ञान आणि गणितातल्या मनोरंजक शोधकथा, विषय समजण्याकरता रूपकं, वारंवार ॲनालॉजीचा उपयोग आणि वर्तमानातील बातम्या या माध्यमातून व्हायला पाहिजे आणि ते शिकवण्याचं सर्वांत उत्तम साधन म्हणजे गणित. पण बहुसंख्य विद्यार्थ्यांना हा विषय अवघड आणि म्हणून नकोसा वाटतो. याची परिणती म्हणजे पहिल्याच संधीला ते या विषयाची कायमची फारकत घेतात. परीक्षेवर नजर ठेवून केलेलं पाठांतर काही काळानंतर विसरूनही जातं. मग शाळा सोडताना विद्यार्थी त्याच्याबरोबर काय घेऊन जातो हा प्रश्न उरतोच.

माझ्या मते, शालेय वयातच विद्यार्थ्यांवर गणिती विचार करण्याचे संस्कार होणं ही प्राथमिकता असायला हवी, ज्यामुळे मुलांना इतर विषयही सोपे होतील. याविषयी आईन्स्टाईन म्हणतात - 'The value of an education is not the learning of many facts but the training of the mind to think something that cannot be learned from textbooks.' ('शिक्षणातून मिळणारं मूल्य म्हणजे केवळ अनेक गोष्टी नुसत्या माहीत करून घेणं नव्हे, तर पुस्तकाबाहेरचा एखादा प्रश्न समोर आला तर त्यावर विचार करण्याची क्षमता मुलांमध्ये निर्माण होणं हे आहे. हे मूल्य किंवा क्षमता केवळ पुस्तकातून शिकता येत नाही.')

शिक्षणव्यवस्थेतून बाहेर पडणारा विद्यार्थी हा देशापुढील समस्यांवर उपाय शोधून काढणारा होईल असे अपेक्षित असते. यासाठी गाइडमधल्या (२१ अपेक्षित) प्रश्नांची उत्तरं पाठ करणाऱ्या विद्यार्थ्यांपेक्षा प्रश्न विचारणारे विद्यार्थी हवेत.

गणित शिक्षण हे परीक्षा आणि स्पर्धा या सोनेरी बेड्यांपासून मोकळं होणं आणि खरा गणिती विचार मुलांना मिळणं ही या पुस्तकाची अपेक्षित फलश्रुती आहे.

■ ■ ■

गणिताशी गट्टी करायला लावणारं पुस्तक

- डॉ. न. म. जोशी,
शिक्षणतज्ज्ञ आणि साहित्यिक

विजय श्रोत्रिय

स. आ.

'आहे सुगम तरी' हे तुमचं पुस्तक मी एकाच बैठकीत वाचलं. आवडलं. 'शाळेतलं गणित अवघड का?' असा प्रश्न तुम्ही शीर्षकाचाच उपप्रश्न म्हणून उपस्थित केला आहे आणि त्याचं सविस्तर उत्तरही तुम्ही खेळकर भाषेत, रंजकपद्धतीनं पुढे दिलं आहे.

आश्चर्य असं की, इतर अनेकांप्रमाणेच माझ्याही गणित हा विषय शालेय आयुष्यात नावडता होता; पण नंतर मी गणित पद्धती घेऊनच शिक्षक प्रशिक्षणाची पदविका मिळवली. माझी मूळ प्रकृती भाषा विषयाची; पण त्याचा उपयोग मी गणित अध्यापनात माझ्या कुवतीप्रमाणे केला. पण तुम्ही मात्र या 'नावडी'चा सखोल विचार करून या पुस्तकाची सुगम रचना केली आहे. एकूण ११८ पृष्ठं आणि वीस छोटी प्रकरणं यामध्ये तुम्ही 'अवघड गणित सोपं' करून सांगण्याचा यशस्वी प्रयत्न केला आहे.

सुप्रसिद्ध शास्त्रज्ञ आईन्स्टाईन यांच्या एका सुवचनाचा आधार घेऊन तुम्ही तुमची भूमिका प्रस्तावित केली आहे. ती योग्य आहे.

'आहे सुगम तरी' या आरंभीच्या प्रकरणापासून ललित शैलीमध्ये तुम्ही गणितापर्यंत पोचता आहात आणि 'आहे सुगम तरी, गमते का दुर्गम' या प्रश्नाचे उत्तर शोधत शोधत तुम्ही सामान्य वाचकाला गणिताशी गट्टी करायला लावत आहात. स्वयंपाकघरातल्या चविष्ट प्रसंगातही गणित कसं असतं, हे तुम्ही गमतीदार रीतीनं सांगून शेवटी चहा-साखरेचं गणित कसं जमायला हवं हे सुचविलं आहे.

'गणित म्हणजे काय रे भाऊ?' असा अगदी जानपद भाषेतला प्रश्न उपस्थित करून

तुम्ही त्या प्रश्नाचं उत्तर शोधताना गणिताबद्दलचे सर्व गैरसमज नमूद केले आहेत. फक्त हुशारांसाठीच गणित असतं, हा महत्त्वाचा गैरसमज कसा दूर करता येईल, याचं मार्गदर्शन सहज भाषेत केलं आहे.

'फ्रुट सॅलड' हे शीर्षक वाचूनच वाचक त्या पदार्थाचा आस्वाद घेण्यासाठी सरसावताना बेरीज, वजाबाकी, लॉजिकचा वापर, गुणाकार हे आपण व्यवहारात कसं करत असतो, हे तुम्ही सोदाहरण स्पष्ट केलं आहे.

लेखांची शीर्षकं उत्सुकता निर्माण करणारी, कोड्यात टाकणारी, जिज्ञासा चाळवणारी आणि ती तृप्त करण्यासाठी अस्वस्थता वाढवणारी आहेत. उदाहरणार्थ, 'एक बादली, दोन नळ', 'बोटीतली सहल', 'शिकूनही निरक्षरच', 'उत्तर नको, प्रश्न हवा', 'सोपं गणित शाळेत अवघड कसं झालं?' ही शीर्षकं जिज्ञासा उत्पन्न करणारी आहेत.

'निसर्गाचं मनोगत अर्थात गणित' हे तुमच्या एकूण विवेचनाचं सारच असावं असं आहे. मॅक्सवेल, रिचर्ड फाइनमन यांचे दाखले तुमचे प्रमेय स्पष्ट करणारे आहेत.

विजय श्रोत्रिय, अवघड गणित सुगम रीतीनं कसं सोडवावं, समजून घ्यावं, हे सांगण्यात तुमच्या नावाप्रमाणेच तुम्ही विजयी झाला आहात. अभिनंदन आणि शुभेच्छा!

■ ■ ■

गणिताची निश्चित,
मूलभूत व उपयोजित माहिती

- डॉ. अरविंद नातू,

अध्यक्ष, बोर्ड ऑफ गव्हर्नर्स,

इंडियन इन्स्टिट्यूट ऑफ सायन्स एज्युकेशन आणि रिसर्च, कोलकता व थिरुवंथपुरम.

गणित म्हटले की बहुसंख्य भारतीय विद्यार्थ्यांच्या पोटात गोळा उभा राहतो. गणिताबद्दलची ही एक प्रकारची भीती प्रामुख्याने शिक्षक आणि चुकीच्या अभ्यासक्रम रचनेमुळे निर्माण झाली आहे. त्यामुळे कला वाणिज्य शास्त्र अशी सर्वसमावेशक समग्र जीवनाचीच भाषा असलेल्या ह्या अद्भुत आणि तितक्याच उपयुक्त विषयाकडे आजवर आपले दुर्लक्ष झाले असून त्याचे परिणामही तितकेच भयानक असल्याचे आपल्या प्रत्ययाला आले आहे. या पार्श्वभूमीवर विशेषत्वाने व्यावहारिक उपयोगातून गणित विषयाची तोंड ओळख करून घेऊन, तसेच सोपी सुगम भाषा वापरून भययुक्त गणिताच्या बागुलबुवाला कुशलतेने कसे तोंड देता येईल, हे सिद्ध करण्याची एक सूत्र रूप संकल्पना विजय श्रोत्रिय यांनी या पुस्तकात मांडली आहे. ती अत्यंत प्रशंसनीय असून हा प्रयोग त्यांनी आंतरराष्ट्रीय स्तरावर यशस्वी करून दाखवला असल्यामुळे ती सर्वथा स्वीकार्य व वैश्विक अधिष्ठान लाभलेली ठरली आहे.

विजय श्रोत्रिय यांनी प्रस्तुत पुस्तकात गणित शिकवण्यामागील मुख्यत: दोन तंत्रांचा संकलित वापर केला आहे. जीवनातील अत्यंत सोप्या गोष्टीतून गणिताची ओळख करून देणे हे पहिले तंत्र. 'फ्रूट सॅलड', 'बादली-नळ', 'बोटीतील सहल', 'ट्विंकल ट्विंकल' सारख्या प्रकरणांतून त्यांनी हे तंत्र विशद केले आहे. दुसरे म्हणजे 'गणित का शिकायचे', 'गणिताचा विचार कसा असतो', 'सामान्यत: ते शिकूनही आपण निरक्षर कसे राहतो', 'उत्तरापेक्षा प्रश्नच हवेत ह्या प्रवृत्तीकडे असणारा आपला कल' आदी मूलभूत विचारांचा ऊहापोह या पुस्तकात केला आहे. त्यामुळे हे पुस्तक वाचल्याने वाचकांना गणिताबद्दलची निश्चितपणे मूलभूत व उपयोजित माहिती नक्कीच मिळेल.

'मनोगत, इतिहास, निसर्ग' या भागांमुळे विषयाला सघनता लाभली असल्याने श्रोत्रिय यांना अभिप्रेत असलेली सुगमता विद्यार्थ्यांनाच नव्हे तर पालक, शिक्षक, शिक्षण तज्ज्ञ व इतरेजनांनाही भावेल आणि स्पर्धा व परीक्षांच्या कोंडीत अडकलेल्यांना गणित या वैश्विक विषयाचा खरा विचार अवगत होईल ह्याची आपण आशा बाळगू शकतो. शिवाय पुस्तकात अंतर्भूत असलेल्या संदर्भ सूचीमुळे या पुस्तकाला छोट्या संदर्भ ग्रंथाचे स्वरूप लाभले असल्याने हे पुस्तक अभ्यासकांनाही उपयुक्त ठरेल.

पुस्तकातील गणित सुगमतेचे नावीन्य शीर्षकापुरतेच मर्यादित नसून त्याच्याशी प्रामाणिक राहण्याचे सातत्य लेखकाने निरंतर राखले आहे. पुस्तकारंभ आकर्षक आहे आणि एखाद्या कुशल कलावंताप्रमाणे एकेक पदर अलगद उलगडून विषयाचा गाभा सुलभ केला आहे. उदाहरणादाखल 'सोपे गणित अवघड कसे झाले' प्रकरणात अर्थ - गर्भित अर्थ आणि रचना - आराखडा या संकल्पनांतील अंतरांचा आणि त्याचा गणित शिक्षणात केलेल्या वापराचा केलेला योग्य ऊहापोह. लेखकाने शिक्षकांनी कोणत्या पद्धतीचा वापर करून गणित शिकवताना तो विषय व तास क्लिष्ट न वाटता तो 'गोष्टीचा' तास कसा वाटेल, हेही सांगितले आहे. गणिताचा इतिहास सांगणे, देकार्त व युक्लीड पद्धतीचा तौलनिक अभ्यास करून त्यांचा योग्य मिलाफ साधणे, गणित हे अर्थपूर्ण परंतु साहित्यासारखे रंजक कसे शिकवता येईल हे पाहणे, अशा पुस्तकातील अनेक संकल्पना ह्या गणित अध्यापन प्रणालीतील महत्त्वाचा टप्पा ठरतील अशा आहेत. सेनाधिकारी आणि विनोबा भावे या भिन्न क्षेत्रातील उदाहरणांवरून गणित कशाकरता हे कळले तर 'निसर्ग समजण्यासाठी त्याचीच भाषा आत्मसात करणे भाग आहे' हे गॅलिलिओचे वाक्य आपल्याला गणिताच्या अंतरंगात जाण्यासाठी सन्मुख करते. ह्यामुळे 'गणित' ही कला, शास्त्र, तंत्रज्ञान, व्यवस्थापन अशी सर्वव्यापी जीवनभाषा आहे हे 'आहे सुगम तरी' वाचल्यावर प्रत्ययास येते.

विजय श्रोत्रिय यांच्या व्यवसायाचा भाग नसतानाही त्यांनी या विषयाबाबत केलेला सखोल अभ्यास, त्यांचे लेखन कौशल्य आणि सोपी भाषा यांची फलश्रुती म्हणजे हे पुस्तक. हे पुस्तक आता प्रकाशित होण्यातही एक औचित्य आहे. भारत आता प्रथमच ब्रिटिश शिक्षण पद्धतीची चौकट मोडून क्रांतिकारी अशा नवीन शिक्षण पद्धतीचा अवलंब करण्याच्या उंबरठ्यावर उभा आहे. वेगवेगळ्या शिक्षण शास्त्राच्या तत्त्वज्ञानाचा अभ्यास करून त्यात आपल्या प्राचीन भांडाराचा समावेश कसा करता येईल याचा विचार आपले शिक्षण तज्ज्ञ गंभीरपणे करत आहेत. त्याची अंमलबजावणीही सुरू झाली आहे. अशा अवस्थेत हे पुस्तक नक्कीच दिशादर्शक ठरेल. श्रोत्रिय ह्या समर्थ लेखकाच्या हातून अशी अधिक पुस्तके लिहिली जावोत, हीच सदिच्छा.

■■■■

ऋणनिर्देश

आर्यभट्ट, भास्कराचार्य, आर्किमिडीज, पायथागोरस आणि न्यूटन इथपासून ते इतर अनेक आधुनिक थोर गणिती ज्यांनी विज्ञानाला प्रेरणा आणि साथ देऊन विश्वाचं गूढ उकलण्यात साहाय्य केलं आणि त्याचबरोबर मानवी जीवन प्रगत, सुखकर होण्यात मदत केली. त्याबद्दल जाणून घेताना मला स्वतःला बौद्धिक, मानसिक आणि आध्यात्मिक आनंद दिला, त्या सर्व ज्ञात-अज्ञात गणितींचं कृतज्ञतापूर्वक स्मरण करण्यात मला अतिशय आनंद होत आहे.

गणितामुळे झालेला आनंद इतरांबरोबर वाटून घेण्याच्या निमित्तानं अनेक शाळांमध्ये जाण्याचा योग आला आणि माझ्याकडे बीएडसारखी कुठलीही पदवी नसतानाही मला बहुतेक सर्व मुख्याध्यापकांनी आनंदानं विद्यार्थ्यांशी वर्गात जाऊन संवाद साधण्याची संधी दिली, त्या शाळांचे (विशेषतः पुण्यातील अभिनव विद्यालय, सरदार दस्तूर गर्ल्स हायस्कूल, एसपीएम हायस्कूल) यांचे मनःपूर्वक आभार! त्यामुळे माझ्या मनात गणित समजावून देण्यासंबंधी काही विचार आणि कल्पना होत्या, त्या प्रत्यक्षात पडताळून पाहण्याची संधी मिळाली.

तिसरं ऋण, हे ज्यांनी माझे लेखनातून व्यक्त झालेले विचार ऐकून त्यावर विचारपूर्वक प्रतिक्रिया आणि काही सूचना करून मी योग्य मार्गावरून चालत आहे याची प्रचिती दिली त्यांचे. यामध्ये माझी वहिनी मृणाल देसाई जी स्वतः गणित आणि विज्ञानाची शिक्षिका आहे तिचा पहिला नंबर लागेल. माझा प्रत्येक लेख तिनं काळजीपूर्वक अनेक वेळा वाचला आणि मौलिक सूचना केल्या. शिवाय, तिच्या सूचनेवरून बालभारतीच्या माजी विद्यासचिव श्रीमती धनवंती हर्डीकर यांना मी पहिले काही लेख पाठवले. त्यांनाही ते

आवडले आणि त्यांनी पुढच्या लेखांची मागणी केली. या दोघींचेही मनापासून आभार! माझा मित्र प्रा. सदानंद महाजन ('सर') साहित्य, सौंदर्यशास्त्र, संतवाङ्मय (विशेषतः हिंदी) यांचा सखोल अभ्यासक आणि जाणकार आहे. त्याचा गणिताशी विशेष संबंध नसतानाही केवळ माझं लेखन म्हणून त्यानं हे पुस्तक वाचलं. त्याचं म्हणणं पडलं, की शालेय जीवनात गणित अशाप्रकारे आमच्यासमोर आलं असतं, तर आम्हीही गणितात रस घेऊन त्यात प्रावीण्य संपादन केलं असतं!

'पिकतं तिथं विकत नाही' असं म्हणतात, पण मला तसा अनुभव आला नाही. माझी सहधर्मचारिणी अंजली ही माझ्या सर्व लेखांची पहिली वाचक होती. तिनं 'पेपर तपासून' पास केला, की मी पुढच्या लेखाकडे जात असे. शिक्षणपद्धतीतील काही त्रुटी दाखवताना आणि काही मूलभूत बदल किती आवश्यक आहेत हे सांगताना माझ्या तळमळीमुळे मी थोडी कडक भाषा वापरत असे, पण प्रत्येक वेळी ज्ञानेश्वर महाराजांचा दाखला देऊन माझी अभिव्यक्ती सौम्य करायला ती सांगत असे. हे पुस्तक व्हावं ही माझ्याइतकीच किंबहुना माझ्यापेक्षा जास्त तिची इच्छा होती.

पुस्तक प्रकाशनाला आमच्या मुलांनीही प्रेमानं आणि आदरानं साथ दिली. त्यांचंही मनापासून कौतुक!

स्वयंपाक तयार झाला, तरी तो जेवणाऱ्याच्या पानात आकर्षक रीतीनं वाढून, त्यावर सजावट करून, त्याभोवती रांगोळी काढून आणि उदबत्तीच्या सुवासात आला; तर केवळ ताटाकडे बघूनच समाधान होतं आणि जेवणाऱ्याची भूक नक्कीच वाढते. ते काम या पुस्तकाच्या 'पानां'बाबत 'सकाळ प्रकाशना'नं त्यांच्या प्रतिष्ठेला साजेसं असं केलं आहे. हे पुस्तक तयार होण्यात 'सकाळ प्रकाशन'च्या अमृता देसर्डा यांचा उत्साह, 'सारद मजकूर'च्या तेजस्विनी गांधी, अभिजित सोनावणे आणि आरती सुमित यांचे मराठी भाषेचे कौशल्य यांचा खूप वाटा आहे.

पुस्तक वाचून तृप्तीचा पहिला ढेकर प्रसिद्ध शिक्षणतज्ज्ञ आणि साहित्यिक डॉ. न. म. जोशी यांनी दिला. त्यांचाही मी ऋणी आहे. तसंच 'इंडियन इन्स्टिट्यूट ऑफ सायन्स एज्युकेशन ॲण्ड रिसर्च'मधील ज्येष्ठ शास्त्रज्ञ डॉ. अरविंद नातू यांनीही पुस्तक वाचून त्यांचा प्रतिसाद कळवला, त्यांचेही मनापासून आभार.

— विजय श्रोत्रिय

▪▪▪▪

अनुक्रमणिका

आहे सुगम तरी...

रविवार संध्याकाळ. नेहमीप्रमाणं प्रकाश आणि प्रज्ञा यांच्याकडे ठरलेली चहाची भेट. दुपारच्या जेवणानंतर प्रज्ञा स्वयंपाकघरातून रजा घेते आणि प्रकाश चहाच्या कामगिरीवर असतो. चहा आला. 'आज चहा किती गोड झालाय रे?' असं प्रज्ञा म्हणाल्यावर, प्रकाश म्हणाला, 'अगं, थोडीच तर साखर घातली आहे त्यात.' माझ्या मनात विचार आला, 'आता थोडी साखर घातली, तर चहा किती गोड कसा होणार?' पण उघड इतकंच म्हणालो, 'त्याच्या हातालाच गोडी आहे, प्रज्ञा!'

नंतरच्या गप्पांच्या गोडीत सगळे चहाच्या गोडीचा विषयच विसरून गेले.

घरी येता येता सोमवार सकाळचे वेध लागले होते. तरी पण प्रकाशच्या घरच्या चहाच्या गोडीचा विषय काही मनातून जाईना. जो चहा प्रकाशला 'थोडा गोड' वाटतो, तोच प्रज्ञाला 'किती गोड' कसा लागतो? तिला जर विचारलं असतं, की 'अगं, पण नक्की किती गोड आहे?' तर ती म्हणेल, 'गोड आहे, पण इतका काही नाही. तेव्हा उद्या जरा कमी साखर घाल.' प्रज्ञा-प्रकाशचा हा वाद किंवा संवाद म्हणा हवा तर, हा असा गोडीतच संपतो. चहाला गोड, कमी गोड, जास्त गोड अशी विशेषणं आपण लावतो; पण ती अर्थात व्यक्तिसापेक्ष असतात. तेच विशेषण जर व्यक्तिनिरपेक्ष केलं, तर 'गोड' व्यक्तिगत न राहता वस्तुगत होईल. आपण एखादं नवीन ॲप डाउनलोड करताना आधी त्याचे १ ते ५ रेटिंग्ज पाहतो ना, तसंच! तिथं 'साधारण', 'चांगलं', 'खूप चांगलं' अशा विशेषणांऐवजी १ ते ५ किंवा कधी १ ते १० असे अंक वापरतो. प्रज्ञाला एक चमचा म्हणजे 'बरोबर गोड', अर्धा चमचा म्हणजे 'अ-गोड', दोन चमचे म्हणजे 'मिट्ट गोड.' पण प्रकाशला मात्र दोन चमचे म्हणजे 'बरोबर गोड', अर्धा चमचा म्हणजे 'साखर

घातलीच नाही' असं असतं, तेव्हा 'गणिती विचारानं' हा प्रश्न लगेचच सुटेल. कसा? दोन कप बिनसाखरेचा चहा करायचा. मग प्रज्ञा म्हणेल, 'माझ्या चहात एक चमचा साखर घाल ना, प्लीज!' प्रकाश स्वतःच्या कपात दोन चमचे साखर घालून घेईल. ही झाली गणिताची भाषा. आता ह्यात अवघड काय आहे? गणिताची भाषा नसती, तर चहाचा कपच काय, पण कोणत्याही कपात वादळ निर्माण होऊ शकेल.

गोडी म्हणजे काय तर 'किती चहात किती साखर' - गणिती भाषेत रेशिओ. एकदा ही गोडी ठरली, की दोन कपाला दुप्पट आणि चार कप चहाला त्याच्या चारपट साखर लागते, हे सगळ्यांना न शिकवताही माहीत असतं (हेच गणिती भाषेत प्रपोर्शन). असाच प्रकार आमटीतला खारटपणा, भाजीतला तिखटपणा वगैरे बाबतीत असतो. ही यादी न संपणारी आहे.

पुढे एक दिवस काय झालं, तर नेहमीचा कप फुटला. नवीन कप आणला गेला. आता या कपाचा साइज जरा वेगळा होता, पण नेहमीच्या सवयीनं प्रकाशनं पूर्वीइतकीच साखर घातली. आता पुन्हा प्रज्ञा नाराज! नवीन कप जरा लहान होता, पण वाद करायच्या ऐवजी प्रकाशनं गणित केलं. त्याला कळलं, की कप लहान झाला म्हणजे चहाच्या पूर्वीइतक्या गोडीला चमचाही त्या प्रमाणात लहान पाहिजे. कप लहान, तर चमचा लहान. कप महान तर चमचा महान, गोडी तीच. आमची जोडी छानच छान! आता हे काय अवघड आहे का? अहो, हेच तर गणिताच्या पुस्तकातलं रेशिओ प्रपोर्शन. मग शाळेत हे आम्हाला अवघड का जातं?

स्वयंपाकघरातला अजून एक नेहमीचा प्रसंग. आज घरातलं नेहमीचं एक माणूस कामानिमित्त बाहेरगावी गेलंय. आमटी जरा कमी करायचीय, पण आईनं सवयीनं नेहमीप्रमाणंच मीठ घातलं. लक्षात आल्यावर, 'अगं बाई, असं झालं का! हरकत नाही' असं म्हणून शांतपणे थोडं पाणी घातलं. हेच शाळेत इक्विव्हॅलंट फ्रॅक्शन्स् म्हणून शिकवतात, पण शाळेतल्या मुलांचा 'फ्रॅक्शन' म्हणजे शत्रू नंबर एक!

परवा मी तुम्हाला रस्त्यात पाहिलं आणि हाक मारली, पण तुम्ही घाईत दिसलात. तुमची मुलगी मेधा म्हणत होती, 'अहो बाबा, जरा लवकर चला ना. उशीर होतोय.' तुम्ही भरभर चालायला लागलात. म्हणजे त्यावेळी तुम्ही चालता चालता नकळत किती गणितं करत होतात... पहिलं म्हणजे घड्याळ पाहिलं. किती वाजता पोचायला हवं आणि आता घड्याळात किती वाजले याची वजाबाकी करून किती वेळात पोचायला पाहिजे हे काढलंत. शाळा अजून किती लांब आहे याचा अंदाज घेतलात. आताच्याच वेगानं चाललो, तर किती उशीर होईल त्याचा अंदाज घेतलात. मग वेग किती वाढवला पाहिजे हे रेशिओ-प्रपोर्शन वापरून काढलंत. म्हणजे इतकी गणितं केलीत (त्यात कॅल्क्युलसही तुम्हाला नकळत येऊन गेला बरं का!) आणि आश्चर्य म्हणजे हे सर्व

चालता चालता! अशीच 'गणितं' गावाकडचा, आपल्या दृष्टीनं 'अशिक्षित' असलेला शेतकरी पिकाला खत किती घालायचं हे ठरवताना करत असतो. हायवेवर मालाची ने-आण करणारा ट्रक ड्रायव्हर करत असतो, घर सांभाळणारी कुशल गृहिणी करत असते, पण शाळेतलं गणित मात्र त्यांना कधीच जमलेलं नसतं.

काही वर्षांपूर्वी गॅलप या जगप्रसिद्ध सर्वेक्षण संस्थेनं एक सर्व्हे केला होता. त्यात विद्यार्थ्यांना एक सरळ प्रश्न विचारला होता. 'शाळेत तुम्हाला कोणता विषय सर्वांत अवघड वाटतो?' अपेक्षेप्रमाणं 'गणित' विषय पहिल्या क्रमांकावर आला. त्यातल्या एका विद्यार्थ्याची जी प्रतिक्रिया होती, ती गणिताकडे पाहण्याच्या सर्वसामान्य विद्यार्थ्यांच्या दृष्टीकोनाची प्रतीक म्हणावी लागेल. ती त्याच्याच शब्दांत ऐका...

'आय हेट मॅथ. त्यातल्या काही गोष्टी मला अजिबात समजत नाहीत. मला वाटतं, त्याच्या आधीचं काही मला समजलं नव्हतं, म्हणून हे असं होतंय. पुढे पुढे तर हे वाढतच जातं. मग मला वाटायला लागतं, की मीच 'ढ' आहे. कारण मला गणित येत नाही. मला गणित आवडत नाही. त्याचं आणखी एक कारण म्हणजे गणितात काही भावना नाहीत, काही जिवंतपणा नाही आणि काही क्रिएटिव्ह ज्यूस नाही. नुसते काही आकडे घ्या आणि ते फॉर्म्युलात भरा. काही अर्थ नाही. देवा, सगळं कठीण आहे.'

शाळेतल्या मुलांनाच कशाला, तुमच्या ओळखीच्या, कोणत्याही वयाच्या व्यक्तीला विचारा. त्याला शाळेतलं इतर काही आठवणार नाही, पण गणित अवघड होतं याच्या कटू आठवणी मात्र ती व्यक्ती लगेच सांगेल. तसंच कोणत्याही गप्पांच्या कट्ट्यावर, पार्टीत, भिशीच्या ग्रुपमध्ये, लग्नसमारंभात किंवा आजकालच्या कुठल्याही सोशल मीडियावर कुणी गणित या विषयावर बोलताना कधी दिसत नाही. माहिती किंवा अभ्यास नसतानासुद्धा लोक अर्थशास्त्र, समाजशास्त्र, राजकारण, इतिहास, धर्म, तत्त्वज्ञान, सिनेमा, संगीत, खेळ इत्यादी अनेक विषयांवर 'अधिकारवाणी'नं बोलतील, वाद घालतील, मतभेद व्यक्त करताना दिसतील, पण गणित? चुकूनसुद्धा नाही! कारण शाळेतल्या गणितानं बहुतेकांना रडवलं होतं.

याउलट भाषा हा बहुतेकांच्या आवडीचा आणि म्हणून सोपा वाटणारा विषय. कित्येक लोकांना अगदी पहिली-दुसरीतल्या कविता किंवा गोष्टीरूप धडे आठवतात, पण त्याच लोकांना गणितातले एकही थियरम किंवा फॉर्म्युला आठवतो का? पण तुम्हाला माहीत आहे का, की भाषा शिकणं हे गणित शिकण्यापेक्षा कितीतरी पटीनं अवघड आहे. अगदी मोठ्या कॉम्प्युटरला विचारा. भाषेच्या बाबतीत जे दोन वर्षांचं कुठलंही सामान्य मूल शिकू शकतं, ते कॉम्प्युटरला अजून जमलेलं नाही. इतकी विचारशक्ती आपल्या मेंदूत आहे. मग आम्हाला गणित का अवघड जातं? आणि साहजिकच असा विचार मनात येतो, की गणित पण भाषेसारखं शिकवता किंवा शिकता

येईल का? गणित भाषा असती, तर किती बरं झालं असतं! अहो, पण ती भाषाच आहे. मोठमोठ्या भाषा विद्वानांनी आणि श्रेष्ठ गणिती लोकांनी ठासून सांगितलेलं आहे, की गणित ही भाषाच आहे. इतकंच नाही, तर ती वैश्विक भाषा आहे; पण गणित शिकवताना आपण हे लक्षात घेत नाही. म्हणून सुगम गणित दुर्गम झालंय. एकही भाषा येत नाही अशी कुणी व्यक्ती असेल का?

आपल्या सगळ्यांना लहानपणीच्या बऱ्याच गोष्टी सहज आठवतात. आपलं तेव्हाचं घर, शेजारी, शाळा, मित्र, देवळं, दुकानं वगैरे. लांबलचक यादी होईल. पण गंमत म्हणजे ह्या आठवणी बहुतेक आपण चार किंवा पाच वर्षांचे झालो त्यानंतरच्या. त्यापूर्वीच्या आपल्या गोष्टी आपले आई-वडील, शेजारी किंवा नातेवाईक सांगतात. त्यातलीच एक आठवण म्हणजे, आपण केव्हापासून बोलायला लागलो याविषयीची. लहानपणी तुम्ही दीड-दोन वर्षांचे असताना तुम्हाला आईनं किंवा घरातल्या कुणी बोललेलं बरंचसं कळत होतं. इतकंच नाही, तर तुम्ही बोलायला सुरुवातही केली होती. भाषा शास्त्रज्ञांच्या मते, दोन वर्षांची मुलं व्याकरणदृष्ट्या बरंचसं शुद्ध बोलतात.

तर प्रश्न असा, की 'तुम्ही मातृभाषा शिकण्याकरता कोणता क्लास लावला होतात?' जरा आठवा. तुम्ही फार लहान होतात, तुम्हाला आठवणार नाही. तुमच्या पालकांना विचारा. खूप जुनी गोष्ट असल्यामुळे कदाचित त्यांनाही आठवणार नाही, पण काळजी नको. तुम्ही कोणत्याही क्लासला जात नव्हतात. कोणत्या शाळेतही जात नव्हतात. कोणतीही परीक्षा दिलेली नव्हती. (हे खरं 'रम्य ते बालपण') कारण गरजच नव्हती. का? तर भाषा ही माणसाची एक उपजत प्रेरणा आणि शक्तीही आहे. (The Language Instinct) हार्वर्ड विद्यापीठातील मानसशास्त्राचे प्राध्यापक आणि भाषाविषयीचे अभ्यासक स्टीव्हन पिंकर यांचं हे मत. तुम्ही भाषा शिकलात, तेव्हा तुमच्या आईनं आधी अक्षरओळख, मग शब्द, नंतर व्याकरण आणि मग वाक्य अशा पद्धतीनं कोणत्या पुस्तकातून शिकवलं? ज्या पद्धतीनं आपण शाळेत गणित शिकतो, त्या पद्धतीनं जर तुमच्या आईनं तुम्हाला भाषा 'शिकवली' असती; तर तुम्ही गणितापेक्षाही तुमच्या मातृभाषेला जास्त घाबरला असतात आणि म्हणाला असतात, 'आय हेट मराठी!'

आपण मातृभाषा कशी शिकलो? खरंतर शिकलो नाहीच. ती जन्मतःच आपल्या आत होती. तुम्ही मराठी वातावरणात वाढलात म्हणून तुम्हाला मराठी आली. लहानपणापासून अमेरिकेतच वाढला असतात, तर इंग्रजी आली असती इतकंच. भाषा ही ऐकण्यातून, कृतीतून व त्यानंतर बोलण्यातून शिकतो. व्याकरणातून नव्हे! गणितही असं मातृभाषेसारखं सहज शिकलं जाऊ शकतं. मूल बोलायला लागल्यानंतर मोठ्यांच्या दृष्टीनं ते खूपच चुकीचं व बोबडंही बोलतं. पण त्याचं किती कौतुक होतं.

पूर्वी हे 'चिमखडे बोल' छापूनसुद्धा येत असत व त्याबद्दल पालकांना मानधनही मिळत असे, पण गणितात मात्र पहिल्याच खेपेला उत्तर बरोबरच आलं पाहिजे अशी अपेक्षा ठेवली जाते. का? बाबा गाडी शिकत असताना पहिल्यांदा गिअर टाकल्यावर किती वेळा गाडी बंद पडली होती? तेव्हा कुणी हातावर पट्टी मारली होती का?

व्याकरण न शिकताही जर भाषा येत असेल तर मग असं वाटेल, की व्याकरण कशाकरिता? तर आतापर्यंत आपण बोलीभाषाच विचारात घेतली होती. बोलीभाषा ही बरीचशी इनफॉर्मल आणि विस्कळीत असते. समोरासमोर संभाषणात जर अर्थ कळला नाही किंवा गैरसमज होतो आहे असं वाटलं, तर लगेच दुरुस्ती करता येते. त्यामुळे बोलताना किंवा संभाषण करताना व्याकरणाची जरुरी तितकी भासत नाही; परंतु जेव्हा आपले विचार सुस्पष्ट रीतीनं व अर्थाचा विपर्यास न होता लिहिण्याची वेळ येते, तेव्हा मात्र भाषा व्याकरणाच्या दृष्टीनं शुद्ध असावी लागते.

भाषेमध्ये शब्द हा काही नुसत्या अक्षरांचा समूह नसतो, तर तो अर्थाचा वाहक असतो. तसेच भाषा ही केवळ शब्दांची मालिका नसते, तर ती विचारांची एक साखळी असते. आपल्या नेहमींच्या भाषेमध्ये संभाषणात विचार किंवा कल्पना ह्या सब्जेक्टिव्ह असतात. त्यातूनच साहित्य निर्माण होतं, सौंदर्य, रसनिष्पत्ती होते. हे सर्व सब्जेक्टिव्ह असतं म्हणून प्रत्येकाची भाषाशैली वेगळी, शब्दरचना वेगळी. सर्व जण एकाच जगात राहतात, पण प्रत्येकाची त्याकडे पाहण्याची नजर वेगळी म्हणून अभिव्यक्ती वेगळी! हे सगळं भावनेच्या स्तरावर असतं. पण जेव्हा वस्तुनिष्ठतेची गरज असते तेव्हा गणित कामी येतं! चहासाखरेच्या प्रसंगात थोडंसं गणित वापरून आपण व्यक्तिनिष्ठ विचारांतून वस्तुनिष्ठ विचारांकडे गेलो हे आपण बघितलंच. माणसाला मनाबरोबर निसर्गाकडून बुद्धीही मिळालेली आहे. तो जेव्हा त्याच जगाकडे बुद्धीच्या नजरेनं बघायला लागतो, तेव्हा जे विश्वाचं दर्शन होतं ते वस्तुनिष्ठ असतं आणि त्याचं वर्णन करायचं झालं तर भाषा वस्तुनिष्ठ असावी लागते. ती विश्वभाषा असते. त्या भाषेचं नाव गणित.

माणसाचे विचार जितके सूक्ष्म होत जातात, (subtle/abstract) तितके ते व्यापक होत जातात. त्यावेळी भाषा सूत्ररूप धारण करते. पतंजली महामुनींनी केवढे मोठे आणि शास्त्रीय योगशास्त्र सूत्रांमध्ये आणले. न्यूटनची किंवा आईन्स्टाईनची अत्यंत छोटी आणि साधी दिसणारी इक्वेशनं विश्वाचं गूढ उकलून दाखवतात, कारण ती गणित नावाच्या भाषेत लिहिली आहेत. वेदांना जे सांगायला ग्रंथ लिहावे लागले, तेच सत्य तुकारामांच्या चार ओळींच्या अभंगात किंवा ज्ञानेश्वरांच्या दोन ओळींच्या ओवीतही सापडते. अशीच शक्ती आणि सौंदर्य गणित या भाषेमध्ये आहे. हे मुळांपर्यंत न पोचवता केवळ आकडेमोड म्हणजे गणित असंच त्यांना शिकवलं जातं आणि त्यांनाही ते तसंच वाटतं. आकडेमोड ही केव्हाही कंटाळवाणीच असते.

ऑस्ट्रियाच्या आल्फ्रेड ॲडलर या प्रसिद्ध सायकोथेरपिस्ट डॉक्टरच्या म्हणण्यानुसार 'गणित म्हणजे निव्वळ भाषा आहे - विज्ञानाची. ही एकमेव भाषा अशी आहे, की तिच्या वापरामध्ये प्रत्येक विचाराचं किंवा कल्पनेचं अचूक प्रकटीकरण करण्याचं सामर्थ्य आहे.' इंग्लंडच्या द नॅशनल सेंटर फॉर एक्सलन्स इन द टीचिंग ऑफ मॅथेमॅटिक्स या संस्थेनं २०११ साली 'A world-class mathematics education for all our young people' हा रिपोर्ट प्रसिद्ध केला. त्यात म्हटलं आहे, 'गणित ही एक भाषा आहे. या भाषेविना सायन्स, कॉमर्स, इंडस्ट्री, इंटरनेट आणि संपूर्ण जगाचं आर्थिक इन्फ्रास्ट्रक्चर निकामी होईल. खऱ्या अर्थानं ही एकमेव युनिव्हर्सल भाषा आहे, जी आपल्या वैयक्तिक आणि व्यावसायिक आयुष्याचा एक अविभाज्य भाग आहे. गणित ही केवळ एक भाषा आणि एक विषयच नाही, तर तर्कशुद्ध आणि काटेकोर विचार करण्यासाठी आवश्यक आहे... आपल्याला मातृभाषा लिहिता-वाचता आली पाहिजे हे सगळ्यांना मान्य आहे, पण दुर्दैवानं आपल्यापैकी असंख्य जनतेला, विद्यार्थी आणि प्रौढांना, गणित ही भाषा मात्र बोलता येत नाही.

असो! गणितावर बोलता बोलता किती रंगून गेलो आपण. चहा गार होतोय. नंतर बोलू.

तोपर्यंत... एखाद्या वेळी कुणाच्या हातून चहा फार गोड झाला असेल किंवा हवा तितका गोड झाला नसेल, तर कुणावर चिडायचं कारण नाही. मनात म्हणायचं, 'आज चहा-साखरेचं गणित जमलेलं दिसत नाही वाटतं! ज्या व्यक्तीला गणित चुकलं हे कळलं तिला गणित कळलेलंच असतं. नाही का?

∞

ट्विंकल ट्विंकल लिटिल स्टार

लहान मुलांना आपण नर्सरी ऱ्हाइम्स शिकवतो. त्यातली 'ट्विंकल ट्विंकल लिटिल स्टार' ही सर्वांना राष्ट्रगीतासारखी पाठ असते. आपल्याला त्यातलं फक्त पहिलं कडवंच माहीत आहे. पण त्यात अजून चार कडवी आहेत. या बालगीतातली शेवटची ओळ मला तरी सर्वांत महत्त्वाची वाटते. ती अशी : Though I know not what you are… How I wonder what you are!

यातला वंडर (Wonder) शब्द हा शिक्षण घेण्याकरता लागणारी आवश्यक पात्रता आहे. ती असेल, तर शिक्षण आनंददायी आणि अर्थपूर्ण होईल. नाहीतर फक्त पाठांतर, तेसुद्धा परीक्षेकरता. आनंदाची गोष्ट म्हणजे 'वंडर' ही पात्रता निसर्गानं सर्वांना दिली आहे. पण आपण जसजसे वयानं मोठं होत जातो, तसतशी ही क्षमता वापरणं विसरून जातो. त्याकरता इंग्रजीमध्ये 'यूज इट, ऑर लूज इट' अशी म्हण आहे - वापरा नाही तर विसरा.

आश्चर्य, कुतूहल हाच लहान बालक आणि वयानं वाढलेला माणूस यातला महत्त्वाचा फरक आहे असं मला वाटतं. आपल्यापैकी प्रत्येकालाच शांत आणि अंधाऱ्या रात्री आकाशातले तारे, ग्रह यांच्याकडे कुतूहलानं, आश्चर्यानं पाहत राहायला आवडतं आणि या अफाट विश्वाच्या पसाऱ्याकडे पाहून आपल्या मनाला खूप प्रश्न पडतात. 'ट्विंकल ट्विंकल लिटिल स्टार'कडे पाहून आपल्याला 'व्हॉट यू आर?' असं वंडर वाटतं ना? किती तारे असतील, ते किती लांब असतील? काय असेल तिथं? ते आपल्या पृथ्वीसारखेच आहेत का? आपण वयानं मोठं झालो, की फक्त व्यावहारिक फायद्या-तोट्याचे प्रश्न विचारतो; पण कुतूहल म्हणून विमान कसं उडतं? गुगल मॅप दोन

ठिकाणांमधला रस्ता कसा शोधतं? मोबाइल फोन कसा काम करतो? सी. टी. स्कॅन कसा निघतो? कॅलेंडरमधल्या वेगवेगळ्या महिन्यांचे दिवस (३०, ३१, २८, २९) कसे ठरवले इत्यादी प्रश्न आपल्याला पडतात ना? कुतूहल ही आपल्याला निसर्गानं त्याला समजून घेण्याकरिता दिलेली मोफत भेट आहे. सुदैवानं कुतूहल शिकावं किंवा शिकवावं लागत नाही. फक्त जपावं लागतं. जे (वयाच्या) मोठेपणीही ते जपतात, ते कलाकार किंवा शास्त्रज्ञ किंवा तत्त्वज्ञ होतात. असो!

आपण नेहमी बघतो... जेव्हा एखादं लहान बाळ स्वतःहून पालथं पडायला शिकतं, तेव्हा ते प्रथम काय करतं? तर समोर जी वस्तू दिसेल ती हात लांब करून पकडायला बघतं, कुणीही न सांगता किंवा शिकवता! वस्तू हातात आली, तर तिचं डोळ्यांनी 'निरीक्षण' करतं. ती वस्तू काय आहे हे 'संशोधन' करण्याकरता ती वस्तू चक्क तोंडात घालून 'टेस्टिंग' करतं. समजा, ती वस्तू हातात आली नाही, तर पुढे पुढे सरकत जायला पुन्हा स्वतःहून शिकतं. पण असं सरपटत जाण्याची 'पोहोच' कमी पडत आहे हे लक्षात आल्यावर ते मूल रांगायला शिकतं. अशा क्रमानं पुढं उभं राहायला, मग चालायला... आपण हे सगळं पाहिलेलं आहेच. ह्याकरता त्या बाळाला कोणताही क्लास नाही, ट्यूशन नाही. कारण हे सगळं उपजत असतं. इथपर्यंतची प्रगती ही एक प्राणी म्हणून होते. पण मूल दोन पायांवर उभं राहिलं आणि चालायला लागलं, की त्याच्यातला मानव जागा होतो. त्याला असंख्य गोष्टी दिसू लागतात. तशा त्या इतर प्राण्यांनाही दिसतात, पण त्या लहान मुलाला प्रश्न पडू लागतात. त्याची मानव म्हणून प्रगती व्हायला लागते. त्याला 'प्रश्न विचार' असं सांगावं लागत नाही. माणूस म्हणून कुतूहल वाटणं ही सहज प्रवृत्ती आहे. प्राण्यांमध्ये ही क्षमता नाही. समोर काही दिसलं, तर ही खाण्याची वस्तू आहे का नाही, ती मला तर खाणार नाही ना एवढेच प्रश्न पडतात. पण 'गवत हिरवं का असतं?' हा प्रश्न त्यांना पडत नसतो. लहान मुलांना असंख्य प्रश्न पडत असतात, पण 'व्यस्त' पालकांना ती एक कटकट वाटते. मग मुलांना 'गप्प बैस. जास्त बोलू नकोस. हे परीक्षेला विचारणार आहेत का? अभ्यास कर' हे ऐकावं लागतं. अरे, पण ते मूल अभ्यासच तर करत होतं, हे त्यांच्या लक्षातच येत नाही आणि आता काही 'स्मार्ट' पालक मोबाइल नावाची अफूची गोळीच त्याला खायला देऊन गप्प करतात.

क्रिकेट हा आपल्या देशात बहुतेकांचा आवडता खेळ. पण क्रिकेट कसं खेळावं हे किती मुलं पुस्तकातून शिकतात? क्रिकेटची मॅच पाहून पाहून शिकतात. त्यात मजा वाटली, तर मग कुठूनही एक फळी आणि एक चेंडूसारखी वस्तू असली की पुरे. स्टम्प्स वगैरेसुद्धा लागत नाहीत, पण आपल्या 'शिक्षण'पद्धतीत कसं होतं? तर, मुलांना मैदानावर नेऊन क्रिकेटचा खेळ कधी दाखवायचाच नाही. त्याऐवजी त्यांना वर्गात बसवायचं. क्रिकेट कधीही न खेळलेल्या व्यक्तीनं वर्गात येऊन फळ्यावर क्रिकेटच्या

मैदानाचं चित्र काढायचं. मुलांना त्याची लांबी किती, रुंदी किती, क्षेत्रफळ किती, चेंडूचा व्यास किती, खेळाचे नियम काय वगैरे पुस्तकात बघून 'शिकवायचं.' मुलांनी ते सर्व पाठ करायचं. वर्षाच्या शेवटी परीक्षा, ज्याकरता हा सगळा अट्टहास. ज्याचं पाठांतर सर्वांत चांगलं तो पहिला आणि म्हणून सर्वश्रेष्ठ 'क्रिकेटर!'

परीक्षेवरून आठवलं... 'शालेय शिक्षणातील परीक्षा पद्धती म्हणजे शुद्ध मूर्खपणा आहे.' थांबा, जरा थांबा. तुमच्या वाचण्यात काही चूक नाहीये. हे विधान आहे विद्यापीठ अनुदान आयोगाचे (UGC) माजी अध्यक्ष आणि जागतिक कीर्तीचे शास्त्रज्ञ पद्मविभूषण प्रा. यशपाल यांचं. 'उच्च शिक्षणातील आव्हाने' या विषयावरील भारतीय शिक्षण संस्थेच्या वतीनं आयोजित राष्ट्रीय पातळीवरील कार्यशाळेतील बीजभाषणात ते पुण्यात २०१० साली असं म्हणाले होते. ते पुढे म्हणाले, 'शंभर टक्के निकालासाठी आग्रही असलेल्या शाळा मुलांमधील नवनिर्मितीची ऊर्मी घालवून टाकतात. टक्केवारीच्या मागे लागल्यानं शिक्षणाची धूळधाण उडत असून, हेदेखील उच्च शिक्षणासमोर एक आव्हान आहे.'

प्रा. यशपालांवरून आठवण झाली ती 'Learning without Burden' या भारत सरकारच्या मानव संपत्ती विकास मंत्रालयाकरता त्यांनी तयार केलेल्या अहवालाची. मोलाचा सल्ला देताना त्यांनी काही महत्त्वाच्या गोष्टी सांगितल्या. एक गोष्ट म्हणजे शिक्षणाचा मुख्य प्रश्न म्हणून शालेय मुलांच्या पाठीवरच्या ओझ्यापेक्षाही त्यांच्या डोक्यावर लादलेल्या ओझ्याविषयी त्यांनी चिंता व्यक्त केली. ते म्हणजे विषय न समजण्याचं ओझं. ते म्हणतात 'अ लॉट इज टॉट, बट लिटील इज लर्न्ट ऑर अंडरस्टुड.' म्हणजे खूप शिकवलं जातं, पण थोडंच शिकलं जातं! खूप 'शिकवून' थोडंच समजण्यापेक्षा थोडंच 'शिकून' पण खूप समजणं जास्त मोलाचं आहे. प्रा. यशपाल यांचा तो अहवाल शिक्षणतज्ज्ञांनी पुनःपुन्हा पाहावा असं मला वाटतं. नुकत्याच एका ठिकाणी झालेल्या कार्यक्रमात दहावी आणि बारावीच्या गणिताच्या परीक्षेआधी मार्गदर्शन होतं. 'पाठ्यपुस्तकाबाहेरील काहीही विचारलं जात नाही' आणि 'पुस्तकात दिलेल्या पद्धतीनुसारच गणित सोडवलं पाहिजे' असं मुलांना सांगितलं गेलं. गणित शिकविण्याविषयी यापेक्षा दुर्दैवी विचार असू शकत नाहीत. कारण पुस्तकातलं शिकवण्याचा उद्देश पुस्तकाबाहेरचे प्रश्न सोडविण्याची क्षमता निर्माण करणे हा असायला हवा.

माझ्या परीनं, एक प्रयत्न म्हणून मी चक्क जीमॅट (GMAT-Graduate Management Admission Test) या आंतरराष्ट्रीय एमबीए स्तरावर जाण्याकरता जी तयारी किंवा पात्रता लागते, त्यातील गणिताचा आणि भाषेचा काही भाग आठवी-नववीच्या वर्गात डिस्कस करतो. कारण जीमॅट परीक्षेमध्ये प्रश्नाचं

विश्लेषण, त्याची मांडणी, संख्यांची समज या दृष्टीकोनातून प्रश्न विचारलेले असतात. नुसत्या 'माहिती'वर आधारित नव्हे. यातले प्रश्न मुलांना आव्हानात्मक वाटतात. स्वतःचा विचार करायला उद्युक्त करतात. मी त्यांना एखादा प्रश्न कसा 'वाचायचा', 'पाहायचा', 'समजून घ्यायचा' यासाठी वेळ ठेवतो. प्रश्न सोडवताना प्रश्नातच त्याचं उत्तर कसं दडून बसलेलं असतं हे दाखवून देतो. प्रश्न 'दिसला', म्हणजे समजला याचाच अर्थ उत्तर दिसलं. भगवद्गीतेत 'य: पश्यति स: पश्यति' हा वाक्प्रचार वापरलेला आहे. त्याचा शब्दशः अर्थ 'जो पाहतो तो(च) पाहतो.' पण त्याचा गर्भित आशय असा, की जो एखाद्या गोष्टीचं अंतरंग पाहतो म्हणजे जाणतो तोच ती गोष्ट खऱ्या अर्थानं 'पाहतो' म्हणजे समजतो. आपणही व्यवहारात एखादा मुद्दा कुणाला पटवून द्यायचा असेल तर म्हणतोच, की 'असं पहा' किंवा 'असा विचार केला तर दिसेल.' अशा वेळी काय 'पाहतो' किंवा काय 'दिसतं' तर तो विचार जणू काही चित्ररूपात असतो.

प्रश्नाचं उत्तर हे कुठूनही बाहेरून येत नसतं. ते प्रश्नाच्या आतच दडून बसलेलं असतं. उघड्या डोळ्यांनी प्रश्न दिसतो. डोळे बंद करून मनाच्या डोळ्यांनी बघितलं, तर उत्तर दिसतं. त्यामुळे मुलांना नेहमी 'तिसरा' मनाचा डोळा वापरायला शिकवतो. माझ्या दृष्टीनं हे खरं शिक्षण आहे.

माझ्या इंजिनीअर म्हणून तीस-पस्तीस वर्षांच्या अनुभवावरून मी असं म्हणू शकतो, की समग्र आणि सिस्टिम दृष्टीकोन म्हणजेच गणिती दृष्टीकोन. तो दृष्टीकोन वापरून आणि गणित ही भाषाच आहे असं समजून जर गणित मुलांना 'दाखवलं' तर मुलं गणित एन्जॉय करतात असाही माझा अनुभव आहे. गणिताची गोष्ट 'सांगायची' असते, 'शिकवायची' नसते. पण ती अशी सांगायची, की मुलांना आपोआप बोध होईल. पंचतंत्राच्या गोष्टींचा उगमही याच विचारानं झालेला आहे. त्याप्रमाणं गणित कसं 'पाहिलं' जातं, कसा विचार केला जातो हे दाखवायचं असतं. अशा वेळी वह्या-पुस्तकं आणि पेन-पेन्सिली बंद करून ठेवायच्या असतात. जादूगार जसा एखादा जादूचा प्रयोग करून दाखवतो, तसा गणिताचा तास घेतल्यास काय मजा येते तो अनुभव घेऊन पहा. जादूगारानं करून दाखवलेली एखादी जादू किंवा ट्रिक आपल्याला आवडली, की ती स्वतःहून करावीशी वाटते, शिकावी वाटते. शिक्षकाचं काम मुलांमध्ये शिकण्याची इच्छा निर्माण करणं हे असतं. असं म्हणतात, की लहान मुलाला चालायचं कसं हे शिकवायचं असेल; तर त्याला लांबवरचं असं काही आकर्षक दृश्य दाखवा की त्याला स्वतःला चालावंसंच नाही, तर त्या दिशेनं पळावंसं वाटेल.

पण आपल्या शिक्षणपद्धतीत कसं होतं? प्रथम एक वर्ष आपण मुलांना नुसतं लाकूड कापायला शिकवलं. पुढच्या वर्षी नुसता रंधा मारायला शिकवलं. त्याच्या पुढच्या वर्षी खिळे मारायला, एका वर्षी पॉलिश करायला, पण लाकडाच्या एका ओंडक्यापासून

टेबल कसं बनतं किंवा साधं शेल्फ कसं बनवायचं हे कधीच त्याला दाखवलं नाही. तसाच प्रकार गणित शिकवताना होतो असं मला वाटतं. विद्यार्थी जे गणित 'शिकला' त्याचा उपयोग काय हे त्याला कधी समजलंच नाही, तर त्याला त्या शिक्षणामध्ये कसा इंटरेस्ट वाटणार? गणिताचा उपयोग काय किंवा गणित येतं कुठून किंवा ते का सोडवायचं हे प्रश्न कुणी विचारत नाही आणि विचारलंच तर त्याचं उत्तर कोणत्याही पुस्तकात नाही म्हणून कुणाला माहीत नाही.

∞

गणित शिकून काय करायचंय?

तर गोष्ट अशी… दुसरं जागतिक महायुद्ध चालू होतं. अमेरिकन बॉम्बर विमानं जर्मनीवर हल्ला करण्यास जात असत. साहजिकच जर्मनीच्या तोफा आणि मशिनगन्स ती विमानं पाडायचा प्रयत्न करायच्या. त्या तोफांच्या आणि बंदुकींच्या माऱ्यापासून बचाव करण्याकरता अमेरिकन लोकांनी आपल्या विमानांवर लोखंडी चिलखत बसवायचं ठरवलं, पण असं चिलखत बसवलं की साहजिकच विमान जड व्हायचं. जड विमानाला चपळ हालचाल करणं अवघड व्हायचं. ज्याचा शत्रूला फायदा मिळायचा. शिवाय विमान जड झाल्यामुळे इंधनही जास्त लागायचं. बरं, असं म्हणून चिलखत हलकं करावं किंवा लावूच नये, तर शत्रूच्या गोळीबारात विमानाची हानी व्हायची. मग आता करायचं काय? कमीत-कमी चिलखत बसवलं तरी प्रश्न आणि जास्तीत-जास्त चिलखत बसवलं तरी प्रश्न. काहीतरी सुवर्णमध्य काढायला पाहिजे, तर चिलखत नेमकं कुठं बसवायचं आणि किती बसवायचं हा कळीचा मुद्दा होता.

मग अमेरिकन लष्करी अधिकाऱ्यांनी काय केलं असेल? ते चक्क संरक्षण मंत्रालयातल्या 'स्टॅटिस्टिकल रिसर्च ग्रुप' (SRG) च्या न्यूयॉर्कमधल्या ऑफिसमध्ये गेले! युद्ध आणि गणित? अहो, पण कुरुक्षेत्रावरच्या युद्धाच्या प्रसंगीच नाही का अजरामर गीता-तत्त्वज्ञान सांगितलं गेलं!

जेव्हा अमेरिकन विमानं शत्रू प्रदेशावर हल्ला करून परत येत, तेव्हा त्या विमानांवर शत्रूनं केलेल्या गोळीबारानं अनेक भोकं पडलेली असत. अर्थात, विमानावर त्या गोळ्या कुठंही आणि कशाही रॅन्डमली लागलेल्या असायच्या. लष्कराच्या लोकांनी त्याचं नीट निरीक्षण केलं. जरुरी पडली, तर असावी म्हणून एसआरजीकडे जाताना

त्यांनी ती माहिती म्हणजे 'विमानाच्या कोणत्या भागावर किती गोळ्यांची भोकं पडलेली होती' बरोबर नेली होती. त्यांना दिसलं होतं, की विमानाच्या इंजिनावर त्या मानानं कमी (किंवा नाहीच म्हणा ना!) गोळ्या लागल्या होत्या, पण इतर काही ठिकाणी बऱ्याच गोळ्या लागल्या होत्या. त्याची आकडेवारी मी इथं देत नाहीये. त्यांनी कॉमन सेन्स वापरून विचार केला, की सगळ्या विमानाला चिलखत लावून ते अवजड करण्यापेक्षा जिथं जास्त गोळ्या लागल्यात, तिथंच फक्त चिलखत संरक्षण द्यायला पाहिजे. म्हणजे आपला प्रश्न सुटेल. त्यांना एसआरजीकडून उत्तर हवं होतं, की नेमकं किती चिलखत विमानाच्या त्या भागांवर लावायचं?

पण त्यांना अपेक्षित होतं तसं उत्तर मिळालंच नाही!

असं कसं काय?

तर, अलेक्झांडर वॉल्ड हा जो तिथला मुख्य गणिती होता त्यानं उत्तर सांगितलं - जिथं जास्त गोळ्या लागल्यात तिथं चिलखत नकोय. जिथं गोळ्या लागलेल्या नाहीत, तिथं चिलखताची जरुरी आहे! अरे, हे काय गणित आहे? तर उघड्या डोळ्यांना जे दिसतं त्यावरून कॉमन सेन्सचं उत्तर निघतं, पण गणित हे बंद डोळ्यांनी (मनात) करायचं असतं. कारण जे उघड्या डोळ्यांना 'दिसत' नाही ते बंद डोळ्यांना (गणिताला) 'दिसतं.' उघड्या डोळ्यांनी प्रश्न दिसतो. डोळे बंद करून मनाच्या डोळ्यांनी बघितलं, तर उत्तर दिसतं. म्हणून वॉल्डनं डोळे मिटून एक साधा प्रश्न विचारला, 'जर विमानाच्या सर्व भागांवर गोळ्या लागल्याच्या खुणा म्हणजे भोकं आहेत, तर मग इंजिनावर गोळ्या लागल्याची भोकं का नाहीत? कुठं आहेत ती अदृश्य भोकं?

पण वॉल्डच्या गणिती 'दृष्टी'ला ती दिसली. ती भोकं होती, हल्ल्यानंतर जी विमानं परत आलीच नाहीत, त्या विमानांच्या इंजिनवर! परत आलेल्या विमानांच्या फक्त इंजिनावर गोळ्यांची भोकं नव्हती किंवा अगदीच कमी होती. त्याचं कारण ज्या विमानांच्या इंजिनावर गोळ्या लागल्या, ती परत आलीच नाहीत! ती खाली पडली. याउलट ज्या ठिकाणी बऱ्याच गोळ्या लागलेल्या दिसत होत्या आणि तरीही ती सुरक्षित परत आली होती, याचा अर्थ त्या भागावर चिलखताच्या संरक्षणाची गरज नव्हती! तितका गोळीबार ती विमानं पचवू शकत होती. बघा ना, आपण जर एखाद्या हॉस्पिटलमध्ये गेलो आणि तिथं रोड ॲक्सिडेंट्सच्या केसेस बघितल्या, तर कुणाचा हात मोडलाय, कोणाचा पाय मोडलाय अशा अनेक केसेस दिसतील; पण डोक्याला बँडेज बांधलेल्या केसेस कमीच दिसतील. याचा अर्थ कुणाला डोक्याला मार बसत नाही असा नसून ज्यांच्या डोक्याला मार बसला, अशा केसेस जागेवरच मृत होतात म्हणून हॉस्पिटलपर्यंत पोहोचतच नाहीत.

मग आता प्रश्न असा, की युद्धाचा अनुभव असूनही लष्कराच्या लोकांना जे प्रत्यक्ष

रणभूमीवर असूनही दिसलं नाही, ते वॉल्डला त्याच्या ऑफिसमध्ये बसून कसं दिसलं? तर ते 'गणिती विचार' करण्याच्या त्याच्या सवयीनं! गणिती माणूस नेहमी प्रथम विचारतो, 'तुम्ही हे जे म्हणता त्यामागे गृहीत काय आहे? आणि त्या गृहीताला आधार काय आहे?' सहसा असे प्रश्न कुणाला नको असतात, पण बऱ्याच वेळा त्यातच उत्तराची दिशा सापडते. त्या लष्करी अधिकाऱ्यांनी नकळत गृहीत धरलं होतं, की जे त्यांना दिसलं होतं ते सगळ्या विमानांना लागू होतं; पण प्रत्यक्षात त्यांच्याकडे फक्त परत आलेल्या विमानांचा डेटा होता. म्हणून कॉमन सेन्सपेक्षा एक पायरी पुढे जायचं असेल, तर गणिती विचारच करावा लागतो आणि याकरता गणित शिकायचं असतं. शाळेत आपण गणिताकरता गणित शिकतो, त्यातसुद्धा फक्त गणिताचं व्याकरण शिकतो. गणिती विचारपद्धती शिकत नाही. भाषेचं सगळं व्याकरण शिकलो आणि सगळा शब्दकोश पाठ केला म्हणजे मी खूप मोठा लेखक किंवा साहित्यिक होईन असं समजण्यासारखंच हे आहे. म्हणून गणिती विचारपद्धतीचा आपल्या रोजच्या जीवनाशी संबंध असूनही तो आपल्याला दिसत नाही (शाळेत दाखवत नाहीत) आणि म्हणून त्याचा वापर होत नाही. मग आपण म्हणतो, 'गणित शिकून काय करायचंय?'

ही झाली युद्धाची गोष्ट. आता अहिंसेचे पुजारी आचार्य विनोबा भावे यांच्या 'प्रेमपंथ अहिंसेचा' या चरित्रातली एक छोटी गोष्ट त्यांच्याच शब्दांत सांगतो, '...आश्रमात भाजीची शेती सुरू करायचं ठरवलं. तिथं पाण्याची व्यवस्था नव्हती. एक दिवस मी उठलो आणि कुदळ-फावडं घेऊन त्या शेतात पोहोचलो आणि विहिरीकरता जमीन खोदायला सुरुवात केली. मग तर सगळेच त्यात सामील झाले. ते सर्व तरुण आणि तगडे होते. पण मी पाहिलं, माझ्यापेक्षा दुप्पट शक्तीची ती मुलं माझ्यापेक्षा कमी काम करत. कारण माझं सर्व काम गणितानं चाललं होतं. मी शांतिपूर्वक खोदत असे आणि मधेमधे काही सेकंद थांबत असे, पण ते धट्टेकट्टे तरुण जोरजोरात कुदळी चालवत आणि मग थकून थांबत. एकंदर त्यांना माझ्यापेक्षा जास्त आराम करावा लागायचा. माझ्या प्रत्येक क्रियेत गणित असतं', आणि आपण म्हणतो, की गणिताचा आणि जीवनाचा काय संबंध! वर्गात ही गोष्ट सांगताना विनोबांच्या आणि त्या इतर मुलांच्या कामाच्या पद्धतीचा ग्राफ काढून विनोबांची पद्धत का आणि कशी चांगली हे मी समजावून सांगतो.

मुलांचं काय होतं, की शाळेत आणि घरीही तीच तीच गणितं सारखी सारखी करून त्यांना कंटाळा येतो. मी असं ऐकलंय, की काही शाळांमध्ये तर दिवाळीच्या सुट्टीतही अभ्यास देतात! असं बालपण रम्य कसं असेल? मग गणितं करून दमलेली आणि वैतागलेली एखादी धीट मुलगी साहजिकच गणिताच्या तासाला वर्गात शिक्षकांना विचारते, 'हे सगळं मी का करायचं? हे अवयव पाडणं, फ्रॅक्शन्सचे गुणाकार-भागाकार करणं, लसावि-मसावि काढणं, जिओमेट्रीतले थियरम, याचा काही उपयोग आहे का?'

बन्याच वेळा मग तिला एक ठरावीक उत्तर ऐकायला मिळतं - 'अगं, मला समजतंय की हे सगळं तुम्हाला बोअरिंग होतंय, पण याचा तुम्हाला पुढे केव्हा आणि कसा उपयोग होईल त्याची तुम्हाला आता कल्पना नाहीये. तुम्ही पुढे कदाचित असं करीअर निवडाल, की जिथं हे सर्व उपयोगी पडेल.' खरंतर अशा उत्तरानं टीचरचं काय समाधान होत असेल ते असो, पण विचारणाऱ्या मुलीचं कितपत होत असेल याची मला शंका आहे. कारण अगदी रिसर्च स्कॉलर किंवा अॅडव्हान्स इंजिनीअरिंग अशा प्रकारचे काही लोक सोडले तर किती जणांना आयुष्यात $\cos3\alpha$ चा फॉर्म्युला किंवा पॉलिनॉमियल डिव्हिजन माहीत असावं लागतं? मग हे सगळ्यांनाच का शिकावं लागतं. खरंतर अशा काही गोष्टी फॉर्मली न शिकवता, नुसत्या कृती म्हणून, गंमत म्हणून दाखवाव्यात. त्यामागचा गणिती विचार, लॉजिक दाखवावं, ते कुठं आणि कसं वापरलं जातं ते माहिती म्हणून इंटरेस्टिंग पद्धतीनं दाखवावं, इतिहासात जाऊन त्याचा उगम का आणि कसा झाला याच्या गोष्टी सांगाव्यात. पण कृपा करून त्यांची परीक्षा घेऊ नये. एक्स्पोजर म्हणून नुसती ओळख करून द्यावी. केवळ मुलांमधलं कुतूहल जागृत करण्यासाठीच असे काही विषय असावेत. असो!

युनिव्हर्सिटी ऑफ कॅलिफोर्निया, बर्कली येथील गणिताचे प्राध्यापक एडवर्ड फ्रेन्केल, शाळेत शिकवल्या जाणाऱ्या गणिताच्या पद्धतीबाबत जे म्हणतात, त्याचा आपल्या भाषेतील सारांश असा :

'तुम्हाला चित्रकला शिकायची आहे, पण रविवर्मा, दलाल किंवा मुळीक यांच्यासारख्या उत्कृष्ट चित्रकारांनी काढलेली रंगांतली चित्रं तुम्हाला कधी दाखवलीच गेली नाहीत. त्याऐवजी चित्रकलेच्या तासाला ऑक्टिव्हिटी बुकमधलं फक्त १ ते १०० अंक लिहिलेले ठिपके ओळीनं जोडून एखादं चित्र तयार करायला सांगितलं. तुम्हाला संगीत शिकायचं आहे, पण लतादीदींचं, भीमसेन जोशींचं गाणं किंवा रविशंकरची सतार ऐकवलीच गेली नाही. इतकंच नाही, तर ह्या व्यक्ती अस्तित्वात आहेत किंवा होत्या हे सांगितलं गेलंच नाही. फक्त वेगवेगळ्या गाण्याचं किंवा रागांचं नोटेशन पाठ करायला सांगितलं, तर काय होईल? तसं आपलं गणिताच्या तासाला होतं. फक्त ठिपके जोडत बसायचं किंवा गाण्याच्या नोटेशन लिहीत बसायचं.' मग कोणतंही मूल म्हणेल, 'गणित शिकून काय करायचंय!'

८

गणित म्हणजे काय रे भाऊ?

असं म्हणतात, की गरिबीमुळे लहानपणी अश्वत्थाम्यानं पिठात पाणी घालून दिलेलं 'पांढरं पेय' ते पांढरं आहे एवढ्या एकाच निकषावर 'दूध' म्हणून प्यायलं. आपणही केवळ तास गणिताचा आहे या निकषावर किंवा पुस्तक गणिताचं आहे या निकषावर, जे शिकलो ते गणित म्हणून स्वीकारलं. अश्वत्थाम्याला ते 'दूध' कधीच आवडलं नसणार. बहुतेक मुलांनाही शाळेतलं किंवा पुस्तकातलं गणित कधीच आवडत नाही. पण काय करणार? तेव्हा आता खरं गणित काय असतं किंवा कसं असतं ते आपण पाहणार आहोत.

गणिताबद्दलचा आपला जो सर्वसामान्य समज आहे, ज्या कल्पना आहेत किंवा जे 'मत' आहे ते सगळं, आपण शाळेत गणित म्हणून जे शिकलो किंवा शिकवलं गेलं त्यावर आधारित आहे.

पण शाळेतल्या वर्गात काय किंवा नेमलेल्या गणिताच्या पाठ्यपुस्तकात काय तो विषय शिकवण्याला सुरुवात करायच्या आधी, प्रथम 'गणित म्हणजे काय?' आणि ते आपण 'का शिकायचं?' त्याचा आणि आपला 'संबंध काय' इथून खरंतर सुरुवात व्हायला पाहिजे. पण गणित किंवा खरंतर कोणताही विषय शिकवण्याला सुरुवात करायच्या आधी गणित म्हणजे नक्की काय आणि ते आपण का शिकायचं हे कुठल्याही क्रमिक पाठ्यपुस्तकात किंवा वर्गात सांगितलं जातं की नाही याविषयी मला शंका आहे.

'गणित म्हणजे काय?' या प्रश्नाचं उत्तर 'गणित म्हणजे काय नाही?' इथून सुरू होतं. समर्थ रामदास स्वामींनीही 'दासबोधा'त आणि 'मनाच्या श्लोका'त सद्गुरू कसा असतो किंवा कसा ओळखावा हे सांगताना प्रथम सद्गुरू कोण नाही ते सांगितलं आहे.

आणि मग खरा सद्गुरू कसा असतो ते सांगितलं आहे. कारण गुरूंची ओळख बहुतेक लोक केवळ बाह्य लक्षणांवरून म्हणजे भगवी वस्त्रं, दाढी, गळ्यात रुद्राक्षांची माळ इत्यादींवरून करतात; परंतु खरा गुरू हा त्याच्या अंतरंग लक्षणावरूनच कळून येतो. तेव्हा केवळ इक्वेशन, फॉर्म्युला, आकडेमोड इत्यादी बाह्य लक्षणं म्हणजेच गणित. ही गणिताची फारच बाळबोध आणि वरवरची ओळख झाली. हे म्हणजे कुणी सूटबूट घातला म्हणजे तो शिकलेला किंवा मोठ्या पदावरचा साहेब आहे असं समजण्यासारखं आहे. तेव्हा आपल्या मनात गणिताबद्दल काय गैरसमज आहेत ते पाहू.

तर, गणिताबद्दलचा पहिला गैरसमज म्हणजे अंक, संख्या, फॉर्म्युला आणि आकडेमोड म्हणजे गणित. हा समज म्हणजे दुधावर साय येते म्हणून केवळ साय बनवण्याकरताच दूध हा पदार्थ आहे, असा दुधाबद्दल (गैर)समज करून घेण्यासारखं आहे. पण दुधाचं दही करता येतं, बासुंदी करता येते, पनीर होऊ शकतं, चहा-कॉफीत घालता येतं आणि बरंच काही! तसंच गणितामध्ये पण केवळ १ या अंकापासून अनंत संख्या बनवता येतात, फ्रॅक्शन्स तयार होतात, इव्हन-ऑड नंबर्स, प्राइम नंबर्स, रॅशनल, कॉम्प्लेक्स नंबर्स इत्यादी आणि बरंच काही! तसंच संख्या ही एखाद्या वस्तूंच्या समूहात त्या वस्तू किती आहेत हे दाखवण्याकरता म्हणजेच मोजण्याकरता वापरता येते, तसेच एखाद्या रेषेची लांबी किती आहे, एखाद्या वस्तूचं वजन किती आहे, तुमची गाडी किती वेगानं चालली आहे म्हणजे मापण्याकरता व अशा असंख्य गोष्टींकरता वापरता येते. ही यादी तुमच्या कल्पनेनं तुम्ही वाढवू शकता.

गणिताबद्दल दुसरा गैरसमज म्हणजे 'एखाद्या प्रश्नाचं उत्तर काढणं यातच गणिताचं सार आहे.' म्हणून शाळेत गणित शिकताना सगळी खटपट कसंही करून एकदाचं उत्तर काढणं यातच अडकलेली आहे. या वेळी मला गणित आणि खाद्यपदार्थ तयार करण्याच्या वेगवेगळ्या कृती यात साम्य जाणवतं. आता कोणताही पदार्थ तयार करण्याच्या कृतीमध्ये खरी गंमत साहित्यात नसून कृतीमध्ये असते. आता साधा बटाटा हे साहित्य घ्या. त्यापासून केवळ वेगवेगळ्या कृतीनं उकडून, तळून, भाजून इत्यादी तुम्हाला कितीतरी वेगवेगळे पदार्थ बनवता येतात म्हणजे उत्तरं काढता येतात! गणितातही अशा अनेक कृती आहेत, कल्पना आहेत. उदाहरणार्थ, इव्हन संख्येत ऑड संख्या मिळवा, नवीन ऑड संख्या तयार होईल. पण ऑड संख्येला इव्हन संख्येनं गुणलं, तर इव्हन संख्या तयार होईल. लहान संख्येतून मोठी संख्या वजा करताना निगेटिव्ह संख्या तयार होईल. चित्रकलेच्या तासाला नाही का निळ्या रंगात चुकून पिवळ्या रंगात बुडवलेला ब्रश गेला, तर काहीतरी चुकलं असं पहिल्यांदा वाटतं. 'च...च...' असंही आपण म्हणतो, पण जरा निरखून बघतो तर काय? चक्क हिरवा हा नवीन रंग आपण तयार केलेला असतो. पण त्याकरता 'पिवळ्या रंगात बुडवलेला ब्रश

निळ्या रंगात कशाला बुडवलास?' असं म्हणून जर तुम्हाला बोलणी खावी लागली तर?

गणिताबद्दल अजून एक गैरसमज म्हणजे एखाद्या प्रश्नाचं उत्तर बरोबर तरी असतं किंवा चूक असतं, अधेमधे काही नाही. आता दुधाच्या सायीची गोष्ट बघा. मघाशी म्हटलं ना, की कृतीत खरी गंमत असते. तर समजा, सायीच्या कृतीमधली कृती करताना काही कारणानं दूध नासलं... तर अर्थातच साय होणार नाही. म्हणजे अपेक्षित किंवा बरोबर उत्तर येणार नाही. पण दुसरं काहीतरी उत्तर निघू शकतं ना! खरी गृहिणी त्याची बर्फी करते. तसंच भाजीकरता 'बटाटे उकडून घ्या' अशी कृतीतली एक पायरी असते. पण समजा, ते चुकीनं फारच शिजलं, तर त्याच्या नीट फोडी करता येणार नाहीत. पण या चुकीनं उकडलेला बटाटा कुस्करून एक वेगळा पदार्थ, उदाहरणार्थ, बटाटेवडा किंवा आलूपराठा बनू शकेल. वर्गात गणित करताना १० + ४ = २ असं तुम्ही लिहिलंत तर 'उत्तर चूक' म्हणून सांगतील आणि शून्य मार्क देतील, पण ते उत्तर नेहमीच्या दशमान पद्धतीत चूक असलं तरी दुसऱ्या एखाद्या परिस्थितीत बरोबर असू शकेल. कसं? घड्याळातील वेळेची बेरीज करताना १० वाजल्यानंतर ४ तासांनी किती वाजतील, तर १० + ४ = २ असं उत्तर येईल की नाही? तसंच बायनरी नंबर्सच्या बेरजेत १ + १ = १० हेही खरं आहे. गणित जरी 1, 2 अशा अंकांनी सुरू झालं असलं, तरी पुढे निगेटिव्ह नंबर्स, इरॅशनल, इमॅजिनरी नंबर्स हे असंच गणितात 'चुकीनं' आले आणि आता त्यांचा सर्रास उपयोग गणितात, विज्ञानात होतो. इतकंच नाही तर त्याशिवाय विज्ञान पुढेच जाऊ शकणार नाही.

गणिताबद्दल बहुतेकांचा अजून एक गैरसमज असतो, तो म्हणजे गणित हे फक्त 'हुशार' लोकांसाठीच आहे. याचं कारण आपण आधीच ठरवलेलं असतं, की गणित फार अवघड काम आहे आणि ते ज्याला जमतं ती व्यक्ती हुशारच असली पाहिजे. खरंतर गणिताचा उद्देशच मुळी अवघड गोष्टी सोप्या करण्याचा आहे. गणिताला फार हुशारी लागत नाही, पण आपल्या गणित 'शिकवण्याच्या' पद्धतीनं ते अवघड करून ठेवलंय. शंभर वर्षांपूर्वींच, तर्कशास्त्रातल्या संशोधकांना असं दिसून आलं होतं, की गणिती लोक ज्या संकल्पना वापरतात त्यातल्या बहुतांशी संकल्पना ह्या अत्यंत मूलभूत अशा दोन कृतींमध्ये सामावलेल्या आहेत. त्या कृती म्हणजे काउंटिंग आणि सेटस् बनवणं. गंमत म्हणजे या दोनही कृती मुलं शाळेत जाण्याच्या आधीच त्यांना माहीत असतात. आश्चर्याची गोष्ट म्हणजे, असं असूनही शाळेतलं किंवा पुस्तकातलं गणित अवघड होऊन बसतं.

गणित म्हणजे काय हे समजून घेताना गणित ही एक भाषा आहे हे लक्षात घेतलं पाहिजे आणि सुदैवानं भाषा ही माणसाची नैसर्गिक प्रवृत्ती आहे. पण गणित, भाषा

आणि नैसर्गिक प्रवृत्ती हा संबंध गणित शिकवताना आपण विसरतो. बोलण्याची किंवा लिहिण्याची भाषा आणि गणिताची भाषा ह्यात बरंच साम्य आहे. जसे शब्द, विरामचिन्ह, वाक्य वगैरे. पण मुख्य साम्य म्हणजे दोन्ही भाषांत विचार मांडता येतात. नेहमीच्या भाषेत ते विचार मुक्त असतात आणि अगदी मुक्तपणे मांडता येतात. त्यात कल्पनाविलासाला मर्यादा नसते. म्हणूनच कथा, कादंबरी, काव्य, नाटक जन्माला येतं. गणितात पण अशीच शक्ती आहे, पण ती केवळ कल्पनेची नाही तर विचारांची आहे. गणित ही भाषा विचार करण्याचं एक साधन आहे. कवीलाही सुचणार नाही अशी कल्पना, केवळ विचाराच्या आधारावर आर्किमिडीज बोलला होता, की 'मला अवकाशात एक टेकू द्या, उभं राहायला एक जागा द्या आणि एक लांब काठी द्या आणि मी पृथ्वी सहज उचलून दाखवीन.' काय हा आत्मविश्वास! एखाद्या प्रतिभावान कवीलाही असं सुचणार नाही आणि हे कशाच्या जोरावर? गणिताच्या!

कित्येक कवीकल्पनांना आपण निरर्थक म्हणून हसतो. पण नोबेल पारितोषिक विजेते शास्त्रज्ञ सर जगदीशचंद्र बोस यांच्या मताप्रमाणे, खरा कवी हा शास्त्रज्ञांपेक्षाही सत्याच्या जास्त जवळ असतो. जुन्या संस्कृत आणि वेद वाङ्मयात 'कवी' या शब्दाचा हा अर्थ अभिप्रेत आहे. न्यूटननं गणिताच्या आधारावर एक विचार मांडला होता, की एका विशिष्ट वेगानं तोफेचा गोळा एका उंच डोंगरकड्यावरून उडवला तर तो आकाशात पृथ्वीभोवती प्रदक्षिणा करू शकेल. त्यापुढे जाऊन जूल्स व्हर्ननं १८६५च्या सुमारास जेव्हा माणूसाने चंद्रावर जाण्याची कल्पना मांडली तेव्हा अनेक जणांनी ती केवळ कवीकल्पना म्हणून हसून सोडून दिली असेल. परंतु शंभर वर्षांनंतर तीच कल्पना जेव्हा सत्यात आली, तेव्हा मात्र आपण त्याचा शास्त्रीय म्हणून स्वीकार केला. आपल्या पुराणामध्येही ज्या अनेक गोष्टी आढळतात, त्याच्यामागची भूमिकाही त्या गोष्टी शक्य होत्या किंवा शक्य आहेत किंवा शक्य होऊ शकतील अशाप्रकारे त्यांच्याकडे पाहिलं पाहिजे. त्या हसून सोडून देण्याइतक्या क्षुल्लक नक्कीच नाहीत. आईन्स्टाईनसारखी व्यक्ती सुद्धा म्हणते 'Imagination is more important than knowledge!' ज्ञानापेक्षा कल्पनाशक्ती महत्त्वाची! आपण मुलांना हे कधीच कळू देत नाही. (5/12)/0.34×7/3.14....... अशा प्रकारची २५ 'गणितं' गृहपाठ म्हणून देतो. मग का नाही मुलं म्हणणार, 'आय हेट मॅथ्स.'

एखाद्या लहान मुलाला, त्यालाच कशाला, त्याच्या पालकांना 'मराठी' ह्या शब्दाच्या चतुर्थीच्या बहुवचनाचा विभक्ती प्रत्यय काय! किंवा अशासारखाच एखादा व्याकरणाशी संबंधित प्रश्न विचारला आणि त्यांना ते सांगता आलं नाही तर, त्यांना मराठी येत नाही असं आपण म्हणू का? कारण आपण मराठी ही मातृभाषा असूनही तिचं व्याकरण किती शिकतो? पण गणिताच्या नावाखाली मात्र आपण भाषेऐवजी

व्याकरणच शिकवतो. हेच कारण आहे गणित शिकणं आणि शिकवणं अवघड का झालंय याचं. गणित अवघड नाहीये. ते अशा रितीनं मुलांच्या समोर सादर केलं जातं की ते अवघड वाटावं.

कोणत्याही भाषेचं व्याकरण शिकवणं हे वरच्या वर्गात किंवा ज्यांना पुढे या विषयात अधिक शिकायचं आहे त्यांच्याकरता ठीक आहे, पण लहान मुलांना ते समजत नाही. त्यामुळे बऱ्याच वेळा मुलांना शिकवताना 'अरे/अगं, एवढं कसं कळत नाही?' असं होतं. हा आपल्या सगळ्यांचा अनुभव आहे. पण खऱ्या शिक्षकाला, 'काय रे, मी काय म्हणतोय ते तुम्हाला समजतंय ना?' असं विचारावं लागत नाही. मुलांच्या प्रतिक्रियेतून विशेषतः त्यांच्या डोळ्यांत ते सहज दिसतं. अनेक वर्षांच्या अनुभवामुळे आपल्याला त्या विषयात समज आलेली असते आणि ती त्या लहान मुलांपाशी नसते म्हणून आपल्याला सहज, सोप्या, सरळ वाटणाऱ्या गोष्टी समोरच्याला तशाच वाटतील असं गृहीत धरून चालता येणार नाही.

एकदा एका शाळेच्या तपासणीकरता एकजण आले. पहिलीच्या वर्गात गेले. एका मुलीला विचारलं, 'बाळ, तुला बेरीज येते ना? मग मला सांग, एक अधिक एक, अधिक एक, अधिक एक, अधिक एक, अधिक एक, अधिक एक, अधिक एक म्हणजे किती?' ती मुलगी लगेच म्हणाली, 'मला नाही माहीत. तुम्ही किती वेळा 'अधिक' म्हणालात तेच कळलं नाही!'

तपासणी अधिकारी शिक्षकांना म्हणाले, 'हिला बेरीज करता येत नाही!'

त्या छोट्या मुलीचंच कशाला, अशी परीक्षा माझी घेतली तर मीसुद्धा नापास होईन.

∞

चॅम्पियनला शिकवणी ?

फिजिक्समध्ये नोबेल प्राइझ मिळालेले शास्त्रज्ञ रिचर्ड फाइनमन यांना एकदा एक कलाकार म्हणाला, की 'आम्ही कलाकार, सौंदर्याचा आस्वाद घेतो. पण तुम्ही शास्त्रज्ञ आणि गणिती लोक एखाद्या सुंदर फुलाकडे बघताना त्याचं विश्लेषण करत बसता. त्यातलं सौंदर्य काढून घेता आणि त्याला नीरस बनवता.' त्यावर फाइनमन उद्गारले, 'उलट बोलताय तुम्ही, कवी महाराज! विज्ञान किंवा गणित त्या फुलामधील सौंदर्यामागचं रहस्य किंवा गुपित सांगून त्याच्या रसग्रहणाला मदतच करत असतात. विज्ञान किंवा गणित त्यातून काही काढून घेत नाहीत, तर अजून भरच टाकतात.'

या संबंधीचं एकच उदाहरण बघू या. ज्येष्ठ गायिका शैला दातार यांनी पंडित हृदयनाथ मंगेशकरांवर लिहिताना म्हटलं आहे, 'एकदा ज्येष्ठ लेखिका दुर्गा भागवत यांचं 'व्यासपर्व' पुस्तक बाळासाहेबांनी (हृदयनाथ मंगेशकर) वाचलं - 'कृष्णाच्या अधरावर बासरी अशी विसावली, की जसा कोमल निषादावर शुद्ध धैवत विसावावा.' हे वाचल्यावर संगीतातला असा राग कोणता, हे शोधताना त्यांना 'गोरखकल्याण' राग सापडला आणि एक उत्कृष्ट चाल जन्माला आली- 'मोगरा फुलला' ह्या गीताची.' आता सांगा, हे शास्त्रीय स्पष्टीकरण मिळाल्यावर मूळ अभंगाच्या किंवा त्या चालीच्या किंवा लतादीदींच्या आवाजाच्या रसग्रहणात बाधा आली का? उलट आता हे गाणं आपल्याला अजून एका पैलूतून पाहायला मिळालं म्हणून जास्त आनंद झाला! न्यूटननं दिलेल्या 'दृष्टी'मुळे झाडावरून एखादं फूल अलगद पडताना त्याची लय डोळ्यांना दिसेलच, पण अदृश्य अशा गुरुत्वाकर्षणाची कमालही दिसेल.

संगीताच्या वाद्यावरची एखादी सुरावट, वैज्ञानिकाच्या किंवा गणितीच्या कानालाही

गोडच लागते, पण ती का गोड लागते याचं कारण शोधून देऊन त्याच्या रसग्रहणाला बौद्धिक अंगानंही दाद देता येते. असं नसतं तर पिशवीत मावणारा, कुठंही सहज नेता येण्यासारखा, सूर जराही खालीवर न होऊ देणारा आणि मोठमोठ्या गायक कलाकाराला हमखास सूर देणारा इलेक्ट्रॉनिक तानपुरा बनलाच नसता. निसर्गात जे विविध रंग दिसतात त्यांचा वैज्ञानिक आणि गणिती पद्धतीनं अभ्यास केला गेला नसता, तर रंगीत टीव्ही किंवा कॉम्प्युटर, मोबाइल स्क्रीनवर निसर्गात असलेले आणि नसलेलेही रंग कसे आणता आले असते? गाणं चालू व्हायच्या आधी तंबोरे 'लावतात' त्यावेळी नकळत गणिताचा उपयोग होत असतो. स्वर चढा लागला याचा अर्थ तारेचा ताण जास्त झाला आहे म्हणून तो कमी करायला हवा आणि तो किती, हे त्या गायकाला शब्दांशिवाय रेशिओ प्रपोर्शन सांगत असते. तंबोऱ्याची खुंटी योग्य त्या प्रकारे फिरवून तो गायक तारेमधला ताण कमी करत असतो. हे सगळं गणित आहे. एखाद्या दिवशी गणिताच्या वर्गात पुस्तकं आणि वह्या बंद ठेवून अशा अनेक रंजक आणि उद्बोधक गोष्टी सांगता येतील. पण पोर्शन संपवायचं आणि युनिट टेस्ट घेण्याचं प्रेशर असल्यामुळे इच्छा असूनही शिक्षकांना ते शक्य होत नाही, अशी आपली शिक्षणपद्धती आहे. कर्मठ कर्मकांडानं जशी धर्मातली खरी तत्त्वं झाकली जाऊन केवळ बाह्य उपचारालाच महत्त्व येतं, तसंच काहीसं शाळेतल्या गणिताचं झाल्य असं मला वाटतं. बाय द वे, गणित या विषयावर बोलता बोलता किती सहज सौंदर्य या विषयावर येऊन पोचलो. खरं गणित असंच सुंदर आहे. मग आपण ते आपल्या शिक्षणपद्धतीत का आणू शकत नाही?

एकदा इंग्लंडमधील ऑक्सफर्ड विद्यापीठातील प्रा. मार्कस दु सोटो हे गणिताच्या तासाला वर्गात चक्क ट्रम्पेट घेऊन आले आणि त्यांनी मुलांना एक धून वाजवून दाखवली. त्यांना हार्मोनिक्स आणि साइन वेव्हज् यांचं नातं आणि प्राइम नंबर्स हे शिकवायचे होते. त्यांचं म्हणणं असं, की गणित शिकवणं हे संगीत शिकवण्यासारखं आहे. प्रथम मुलांना पूर्ण गाणं वाजवून दाखवायचं आणि मग मुलांना स्वर, ताल शिकवायचा. गणिताचा 'तास' हा 'त्रास' न वाटता गोष्टींचा, गमतीचा तास करता येऊ शकतो. गणित हे जाता जाता त्यात येईलच. वर वर बघितलं तर 'रामायण', 'महाभारत' या केवळ गोष्टी वाटतात, पण त्यात मानवी जीवनाची सर्व अंगं, व्यावहारिक आणि पारमार्थिक न शिकवता शिकली जातात. शिवाय गोष्टीरूप आणि काव्यमय असल्यामुळे पाठ न करता पाठ 'होतात.' गणित असं शिकवायचं आणि शिकायचं असतं.

खूप मोठा सिलॅबस असेल किंवा खूप गणितं 'सोडवली' म्हणजे गणित 'चांगलं' होतं, हा एक गोडऽऽ गैरसमज आहे. आता एखाद्याचं गणित चांगलं आहे असं आपण म्हणतो, तेव्हा त्याचा अर्थ त्याला गणिताच्या परीक्षेत चांगले म्हणजे 'खूप' मार्क्स मिळाले इतकाच. कारण परीक्षेतील मार्क्स हा एकमेव निकष आपण लावतो. आमच्या

लहानपणी आम्हाला एखादा जाड माणूस दिसला, की तो शक्तिमान आहे असं वाटायचं तशातला हा प्रकार. खूप गणितं करून एखाद्याची आकडेमोडीतील चपळता वाढेल हे खरं, पण एखादा खेळाडू केवळ चपळ, शक्तिमान आहे म्हणून त्याला कोणत्याही टीममध्ये लगेच प्रवेश मिळत नसतो. त्या खेळामध्ये लागणारी 'विचारशक्ती' त्याच्यामध्ये आहे की नाही हे पाहायला लागतं. खूप सराव केला, की आकडेमोडीत वेग येतो, उत्तर पटकन आणि अचूक येतं आणि आणखी एक गैरसमज निर्माण होतो. तो म्हणजे जे मूल गणिताचं उत्तर पटकन देतं त्याचं गणित 'चांगलं.' ह्याच्याइतकी भाबडेपणाची दुसरी समजूत नसेल. तुम्हाला वाटेल, हे मी भलतंच काय बोलतोय, होय ना? तर ऐका.

हे मत आहे अनेक थोर गणित शिक्षणतज्ज्ञांचं. ब्रिटिश लेखिका आणि स्टॅनफर्ड युनिव्हर्सिटीमधील मॅथेमॅटिक्स एज्युकेशनच्या प्रा. जो बोलर म्हणतात, 'गणित आणि स्पीड यांचं नातं तोडलं पाहिजे. गणिताच्या तासाला उत्तर देण्याकरता पटकन हात वर करणाऱ्या विद्यार्थ्याला जेव्हा आपण चांगला विद्यार्थी म्हणतो, त्या वेळी ज्या थोड्यांनाच असं जमतं त्यांना प्रोत्साहन मिळतं, पण त्याच वेळी जे विद्यार्थी शांतपणे किंवा वेगळ्या, स्वतःच्या पद्धतीनं विचार करत असतात त्यांना मात्र निरुत्साही केलं जातं. खरं म्हणजे असा स्वतःचा, शांतपणे, खोल विचार करणं हेच गणिताच्या बाबतीत महत्त्वाचं आहे. पटकन आकडेमोड करणारे विद्यार्थी तयार करण्याची गरज नाहीये, त्याकरता कॉम्प्युटर आहे की. आपण असे विद्यार्थी तयार करायला हवेत, की जे सखोल विचार करू शकतील, गणितातल्या वेगवेगळ्या पद्धतींची सांगड घालू शकतील, कार्यकारणभाव ओळखू शकतील आणि त्यांच्या स्वतःच्या विचाराचं स्पष्टीकरण देऊ शकतील.'

गणिताचे अजून एक शिक्षक डेव्हिड वेलनकोर्ट म्हणतात, 'सिलॅबस संपवण्याच्या प्रेशरमुळे, पळण्याच्या शर्यतीसारखं गणित शिकवलं जातं, त्यामुळे गणिताच्या शिक्षणाची रुंदी एक मैल पण खोली एक इंचच असते. मुलांना बेसिक कन्सेप्टस् फार वरवरच्याच समजतात आणि आकलन कमी पडतं. शिकवण्याची गाडी पुढेपुढेच जात असते आणि एखादा विद्यार्थी मागे राहिला तर त्याची गाडी चुकते.' एखाद्या खूप चांगल्या सिनेमाला आपण अर्धा-पाऊण तास उशिरा पोचलो तर सिनेमा दिसतो, पण काय चाललंय आणि का चाललंय हे कळत नाही आणि आपला पैसे देऊन तिकीट काढूनही, सिनेमातला इंटरेस्ट संपतो. तसंच काहीसं वरच्या वर्गात गेल्यावर बऱ्याच मुलांचं होतं. आपण सिनेमा सोडून बाहेर येऊ शकतो, पण शाळा सोडता येत नाही ना! वरच्या वर्गात शाळेत शिकवण्याच्या माझ्या स्वतःच्या अनुभवावरून सांगतो, की दहावीतल्या मुलाचा गणित न समजण्याचा प्रश्न हा दहावीचा नसतो, तर तो सातवीचा किंवा आठवीचा बॅकलॉग असतो. पस्तीस टक्क्यांनी 'पास' झाला याचा अर्थ पासष्ट

टक्के गणित समजून घ्यायचं राहिलं. असं दरवर्षी! म्हणजे कंपाउंड पद्धतीनं हा बॅकलॉग वाढतच जातो, पण अशा मुलांना वर्गात सर्वांच्या समोर विचारायचा संकोच वाटतो. मग परीक्षेकरता एकच पर्याय उरतो - पाठांतर. 'साइंटिफिक अमेरिकन'च्या 'माइंड'च्या एका अंकात सर्व देशांतल्या पंधरा वर्षं वयाच्या दीड कोटी विद्यार्थ्यांचा सर्व्हे घेतला होता. विषय होता विद्यार्थ्यांच्या शिकण्याच्या तीन पद्धती - पाठांतर, संकल्पनांचा बोध आणि स्वतःचा विचार करण्याची सवय. असं दिसून आलं, की पाठांतरावर भर देणारे विद्यार्थी सगळ्या देशात गणितामध्ये कमी पडले.

गणितातली हुशारी ही एखादी व्यक्ती गणित किती फास्ट करते यावरून मोजणं हे खूप चुकीचं आहे. कसंही करून लगेच उत्तर काढण्याकडे विद्यार्थ्यांचा कल वाढतो. मल्टिपल चॉइसनं तर त्यात भरच पडते. नुकत्याच एका मुलाखतीमध्ये आयआयटी रोपडचे डायरेक्टर प्रा. सरितकुमार दास म्हणाले होते, की गेल्या वीस वर्षांत आयआयटीमध्ये प्रवेश घेणाऱ्या विद्यार्थ्यांची गुणवत्ता घसरलेली आहे. त्यातील एक कारण आहे, प्रॉब्लेम सॉल्व्हिंगपेक्षा मल्टिपल चॉइसवर दिलेला भर. प्रश्न सोडवावा लागत नाही, तर उत्तर 'ओळखावं' लागतं. गणितामध्ये शांतपणे काम करण्याची आणि खोलात जाण्याची गरज असते आणि त्याला वेळ लागतोच. मध्यंतरी पुण्यातल्या एका प्रसिद्ध व्यक्तीनं मुलांना गणिताची 'आवड' लागावी म्हणून काय केलं असेल, तर गणिताची 'स्पर्धा' ठेवली. आता यावर काय बोलणार?

गणित म्हणजे एखाद्या कुतूहलापासून किंवा प्रश्नापासून किंवा शंकेपासून त्याच्या समाधानापर्यंत जाणारा प्रवास असतो. आपण जेव्हा एका गावाहून दुसऱ्या गावाला जात असतो, तेव्हा आजूबाजूच्या सृष्टिसौंदर्यांचाही आनंद घेऊ शकतो. एअर कंडिशन्ड, बंद काचेच्या आत बसमध्ये बसून एखाद्या गावाचं 'बघणं' होईल; पण त्याच गावात पायी हिंडलो, थोडं थांबलो, तिथल्या लोकांशी बोललो तर त्या गावाचं 'दर्शन' होईल. असा प्रवास गणित सोडवताना झाला तर मुलं टीव्हीसमोर जशी खिळून बसतात, तशी गणिताच्या तासालाही बसल्यावर उठायला तयार नसतात, असा अनुभव मी शाळांमध्ये गणित शिकवताना घेतलेला आहे. गणित हा घाईनं शिकवण्याचा किंवा शिकण्याचा विषय नाही, पण बऱ्याच वेळा टुरिस्ट कंपनीच्या 'तीन दिवसांत चार देश' बघण्यासारखं आपल्या शाळेत दहा महिन्यांत गणिताच्या चौदा टॉपिक्सचं साइटसीइंग होतं. तोंडओळख होते पण परिचय होत नाही, मैत्री फुलत नाही. पूर्वीचे चांगले संगीतगुरू शिष्याकडून सबंध वर्षात फक्त एकच राग तयार करून घेत. त्यामध्ये संगीतातल्या एखाद्या रागाच्या व्याकरणापेक्षा रागाचा 'विचार' आणि 'विस्तार' कसा करायचा, त्या रागाच्या अंतरंगात जाऊन आनंद कसा घ्यायचा, याचं शिक्षण असे. नुकतीच पंडित भीमसेन जोशींची एक मुलाखत पाहायला मिळाली. त्यातही बोलता बोलता ते हेच

म्हणाले, 'माझ्या गुरूंनी मला 'राग' शिकवले नाहीत, तर 'गायकी' शिकवली.' तसंच गणिताच्या तासाला 'गणित' शिकायचं नसतं, तर 'गणिती विचार' शिकायचा असतो. एकदा ते जमलं, की गणितात मजा यायला लागते.

आजकाल सगळे जण गुंतवणुकीवर परतावा काय मिळतो यावर लक्ष ठेवून असतात. तर मग दहा वर्षांचा वेळ आणि मेहनतीचा परतावा काय, असा प्रश्न विचारायचा झाला तर? त्याचं उत्तर आईन्स्टाईन यांनी शिक्षण या विषयावर बोलताना दिलं आहे, 'The value of an education is not the learning of many facts but the training of the mind to think something that cannot be learned from textbooks.' अर्थात, 'शिक्षणातून मिळणारं मूल्य म्हणजे केवळ अनेक गोष्टी नुसत्या माहीत करून घेणं नव्हे, तर पुस्तकाबाहेरचा एखादा प्रश्न समोर आला तर त्यावर विचार करण्याची क्षमता मुलांमध्ये निर्माण होणं हे आहे. हे मूल्य (क्षमता) केवळ पुस्तकातून शिकता येत नाही.' हे Training of the mind म्हणजेच मनावर झालेले गणिती विचारांचे संस्कार. आपल्याला माहीत आहेच, की संस्कारांचे स्वतंत्र असे वर्ग नसतात. कारण संस्कार करायचे नसतात, तर आजूबाजूच्या वातावरणातून, जे पाहण्यात येतं, कानावर पडतं त्यातून नकळत संस्कार होत असतात.

पुस्तकाबाहेरचा एखादा प्रश्न जर मुलाला कळला (म्हणजेच सोडवता आला), तर खऱ्या अर्थानं तो पुस्तकातून शिकला; पण आपल्याकडे परीक्षेच्या वेळी एखादा प्रश्न '२१ अपेक्षित'च्या बाहेर किंवा फॉरमॅटच्या बाहेर जरा बदलून आला, तर लगेच हलकल्लोळ माजतो. काही जागरूक (?) पालक तर कोर्टात जायची भाषा करतात. पण विचार करा, की एखाद्या मुलाने दहा वर्ष क्रिकेट शिकून जर 'मी फक्त घरच्याच मैदानावर आणि घरच्याच बॉलर्सची बॉलिंग खेळेन. इतर माहीत नसलेल्या बॉलर्स विरुद्ध दुसऱ्या पीचवर खेळणार नाही!' असं म्हटलं तर याला काय म्हणणार?

माझा इंजिनीअर म्हणून असलेला अनुभव, माझा शाळेतल्या मुलांना गणित शिकवण्याचा अनुभव आणि कॉलेजमध्ये कॉम्प्युटर सॉफ्टवेअर शिकवण्याच्या अनुभवावरून मला असं वाटतं, की वर म्हटलेल्या समस्येचं मूळ आहे आपला पहिली ते दहावीपर्यंतचा गणिताचा अभ्यासक्रम. जेवण हे केवळ पोट भरण्याकरता (भरण) करायचं नसतं, तर शरीराच्या आणि मनाच्या आरोग्याकरिता लागणाऱ्या पोषणाकरता करायचं असतं. अभ्यासक्रमाचंही असंच आहे. केवळ भारंभार फॉर्म्युले, प्रूफ्स मेंदूत भरले म्हणजे गणित शिकलो असं होत नाही. अपचन मात्र होतं. मग पाठांतराचा टोल भरून परीक्षेच्या गेटमधून पुढच्या टोल गेटपर्यंत जायचं.

त्याकरता सिलॅबसमध्ये मोजकेच म्हणजे फक्त चार ते पाच टॉपिक्स प्रत्येक वर्षी पुरेसे आहेत, पण त्यांची खोली जास्त पाहिजे. उदाहरणार्थ, सर्व गणिताला पायाभूत

असलेला पायथागोरसचा सिद्धांत हा टॉपिक सबंध वर्षभर शिकवला तरी संपणार नाही. त्याची शेकडो प्रूफ्स आहेत आणि अनेक ॲप्लिकेशन्स आहेत आणि हा एकच टॉपिक इतर अनेक टॉपिक्सशी बेमालूम मिसळलेला आहे. 'श्रीमद्भगवद्गीता' हा अत्यंत तर्कशुद्ध आणि बुद्धिप्रामाण्य मानणारा ग्रंथ अत्यंत अमूर्त विषय शिकवतो. त्यावर भाष्य करताना ज्ञानेश्वर म्हणतात, 'जन्यजनकभावे। अध्यावो अध्यायाते प्रसवे।।' अर्थात, एक अध्याय पुढच्या अध्यायाला जन्म देतो. गणिताचा सिलॅबस आणि त्या अनुषंगानं लिहिलेली पाठ्यपुस्तकं अशीच पद्धत वापरतील, तर गणित किती सहज आणि सुंदर होईल. गणिताचा जन्म आणि वाढही अशीच झालेली आहे. आणि 'खऱ्या' गणितात ग्यानबाची मेख अशी आहे, की गणितात प्रश्न इक्वेशनच्या रूपात 'बांधणं' (फॉर्म्युलेशन) हे गणिताचं मुख्य काम. मग वेगवेगळ्या प्रोसिजर वापरून ते 'सोडवून' उत्तर काढणं हे त्यामानानं गौण. मोठमोठ्या गणिती किंवा वैज्ञानिकांनी हे बांधण्याचं काम केलं म्हणून ते श्रेष्ठ! न्यूटन, आईन्स्टाईन, ऑयलर, मॅक्सवेल आदी अनेक नावं घेता येतील, ज्यांच्या नावांची इक्वेशनं आपण फक्त सोडवत असतो. म्हणून 'वर्ड प्रॉब्लेम'चं इक्वेशन मांडण्यावर भर हवा. गणित हे ॲब्स्ट्रॅक्शनचं शास्त्र आणि कला आहे. ही कला आपल्यामध्ये उपजत आहे. केवळ एक गोल, त्याखाली एक सरळ रेघ आणि त्या रेघेच्या दोन्ही बाजूला दोन दोन रेघा, इतकं बघून लहान मूलही ते माणसाचं चित्र आहे म्हणून ओळखतं. क्वॉलिटी शिकवण्याकरता क्वाँटिटी कमी करायला हवी.

नुकताच घडलेला एक प्रसंग... एका ओळखीच्या घरी गेलो होतो. त्यांचा नातू जतीन तिथं होता. माझी गणित शिकवण्याची आवड (खरं म्हणजे खाज) आमच्या ओळखीत बहुतेक सर्वांना माहीत आहे. म्हणून नेहा, म्हणजे त्या मुलाच्या आईनं मला विचारलं, ''जरा याच्या गणिताकडे बघाल का? हा गणिताचा फार कंटाळा करतो.''

मी म्हणालो, ''हो. जरा जतीनशी बोलतो आणि मग सांगतो. नेहा, तोपर्यंत तू चहा करून आणतेस?'' (माझे कन्सल्टेशन चार्जेस.)

मला प्रथम जाणून घ्यायचं होतं, की जतीन विचार कसा करतो ते. गणित वगैरे नंतर. पहिल्यांदा त्याला सोपं सोपं विचारलं, ''दहाचे अर्धे किती?''

ते त्याला माहीत होतं. असं करत करत जरा मोठ्या संख्येपर्यंत पोचलो. सहज म्हटलं, ''जतीन एकसष्टचे अर्धे कसे काढशील रे? मला उत्तर नकोय. ते फक्त कसे काढशील तेच सांग.''

तो विचारात गढलेला दिसला. मग म्हणाला, ''काका, ६१ म्हणजे.. ६० आणि १. म्हणजे एकसष्टचे अर्धे करायचे असतील तर साठचे अर्धे करून त्यात एकचा अर्धा मिळवायचा. बरोबर?''

मी त्याला हाय-फाय दिलं. मनात म्हटलं, 'अरे, ह्याला तर गणित येतंय की! बघू

कुठपर्यंत जातोय ते.' विचारलं, ''४५मध्ये किती मिळवले तर बेरीज १०३ येईल?''
माझ्या प्रश्नानंतर जतीन विचारात गढला. म्हणजेच खरं गणित करत होता! जरा वेळानं
म्हणाला, ''काका, १०३ पर्यंत जायचं ना? तर प्रथम ४५ पासून ५० पर्यंत; म्हणजे झाले
५, हं... मग तिथून ५० मिळवले की आलो १०० पर्यंत म्हणजे झाले ५५. त्यात अजून
३ मिळवले की झाले १०३!''

मी म्हणालो,   ''जतीन, तू गणिताचा खरा चॅम्पियन आहेस.''

हे वाक्य म्हणायला आणि माझ्या हातात चहाचा कप यायला एकच गाठ पडली.
माझे उद्गार ऐकून नेहाला खूप कौतुक आणि आश्चर्यही वाटलं.

'४५ मध्ये किती मिळवले तर बेरीज १०३ येईल?' असा प्रश्न केल्यावर बहुतेक मुलं
'बेरीज' किंवा 'मिळवले' हे शब्द ऐकल्याबरोबर दिलेल्या संख्यांची बेरीज करायला
धावतात कारण त्यांना तसंच सांगितलेलं असतं आणि आपल्याला गणित आलं, असं
समजून लगेच '१४८' हे उत्तर देण्याकरता हात वर करतात. परंतु '१४८' ही संख्या
१०३ पेक्षा मोठी आहे हे त्यांच्या ध्यानात येत नाही. कारण त्यांना संख्या लिहिण्या-
वाचण्यापुरत्या कळालेल्या असतात, पण त्यांचा अंदाज नसतो. अशावेळी 'किती
मिळवायचे?' या प्रश्नाचा गणिती विचार सांगतो, 'जितके कमी आहेत तितके.' मग
'किती कमी आहेत?' असा प्रश्न साहजिकच येतो. त्याचं उत्तर 'त्या दोन संख्यांमध्ये
जितकं अंतर किंवा फरक आहे तितके.' मग हे अंतर कसं काढायचं? तर सबस्ट्रॅक्शननं.
असाच विचार अल्जेब्रात असतो. अरिथमॅटिक शिकताना मुलं अल्जेब्राही जाता जाता
शिकतात.

जतीन स्वतःचा विचार करूनच मग गणितं सोडवतो. अर्थात, त्याला वेळ लागतो.
म्हणून स्पीडच्या कसोटीवर या 'अबोव्ह ॲव्हरेज' मुलाला 'बिलो ॲव्हरेज' ठरवून
त्याच्या टीचरनं 'शिकवणी लावा' असं त्याच्या पालकांना सांगितलं होतं. अशा मुलाला
गणिताच्या तासाला कंटाळा न आला तरच नवल!

∞

फ्रुट सॅलड

परवा एका ओळखीच्या घरी गेलो होतो. निमित्त होतं नुकत्याच हॉस्पिटलमधून घरी आलेल्या आजींच्या तब्येतीची चौकशी करायचं. जवळच त्यांची चौथीत असणारी नात अभ्यास करत बसलेली होती. माझ्या नेहमीच्या सवयीप्रमाणं मी तिला, स्वराला तिचं नाव विचारलं, 'जरा बघू का तुझी वही?' आजीनं कौतुकानं नातीचं गुणवर्णन सुरू केलं. स्वराची वही बघून ते सार्थही होतं हे मला कळलं. 'स्वरा, तुझा आवडता विषय कोणता?' यावर तिनं 'गणित' म्हटल्यावर मला खूपच आनंद झाला, कारण तो माझाही आवडीचा विषय आहे आणि त्यावर बोलायला मला आवडतं. मी तिची गणिताची वही पाहत होतो. बऱ्याच मोठ्या संख्यांच्या ऑडिशन्स तिनं आडव्या, उभ्या पद्धतीनं सुवाच्य अक्षरात व्यवस्थित केलेल्या होत्या. मी तिचं कौतुक केलं. तरी पण मी तिला विचारलं, 'तुला बेरीज येते ना? तर मला सांग...' असं म्हणून मुलांना नेहमी विचारतो तसं विचारलं, 'सहा आंबे अधिक बारा आंबे म्हणजे एकूण किती?' स्वरानं सहजच बरोबर उत्तर दिलं. 'तीस सफरचंद व पंधरा सफरचंद म्हणजे एकूण किती?' पुन्हा बरोबर. तिचा माझ्यातला इंटरेस्ट कमी होतोय हे मला जाणवलं. हा मोठा (वयानं, आकारानं नव्हे!) माणूस आणि इतके सोपे प्रश्न विचारून मला बोअर का करतोय! परंतु जेव्हा मी म्हटलं, 'आता शेवटचा प्रश्न, एक कोटी रुपयांचा!' ती एकदम उठून बसली. ''आता सांग स्वरा, पाच आंबे अधिक तीन सफरचंद म्हणजे किती?''
तिला वाटलं असावं माझं काहीतरी चुकतंय. म्हणून तिनं विचारलं, ''पुन्हा सांगा, काका?''
मग मी माझा तोच प्रश्न पुन्हा सांगितला, ''पाच आंबे अधिक तीन सफरचंद म्हणजे

किती?''

असा प्रश्न गंमत म्हणूनसुद्धा कुणी विचारत नाही. ती लगेच म्हणाली, ''काका, पण अशी बेरीज नसते काही. सारख्या वस्तूंचीच बेरीज किंवा वजाबाकी होते. आमच्या पुस्तकात पण असंच आहे. दाखवू का?''

मी म्हणालो, ''तुझं बरोबर आहे स्वरा. पण मग आता मला सांग, बेरीज म्हणजे काय?''

स्वरा लगेच म्हणाली, ''म्हणजे, दोन किंवा अधिक वस्तू मिळवायच्या किंवा एकत्र करायच्या.''

आजीला माझ्या अशा वेड्यावाकड्या प्रश्नांची सवय होती, पण आजची गोष्ट कुठं जाणार याची उत्सुकता तिलाही वाटत होती. अशी बेरीज होऊ शकेल का? काय असेल त्याचं उत्तर किंवा तशी बेरीज होऊ शकत नसेल, तर का होऊ शकत नाही?

मग मी स्वराला म्हटलं, ''तुझ्या आवडत्या जॅमची बाटली घेऊन येतेस का?''

तिला वाटलं की मला भूक लागलीय. लगेच म्हणाली, ''काका, तुम्हाला जॅम सँडविच करून आणू का?''

''नको, फक्त जॅमची बाटली घेऊन ये.'' मी म्हणालो.

ती पळतच आत गेली आणि मिक्स्ड फ्रुट जॅमची बाटली आणि एक चमचा पण घेऊन आली. (स्मार्ट गर्ल!)

''आता या बाटलीच्या लेबलवर काय लिहिलं आहे ते वाचशील का? फक्त इनग्रेडिअंट्स वाच.''

''मँगो, ॲपल, शुगर...'' ती सांगू लागली.

मी लगेच म्हणालो, ''थांब, थांब, थांब! म्हणजे ह्या जॅममध्ये मँगो, ॲपल आणि इतर गोष्टी एकत्र केल्या आहेत. म्हणजेच...?''

''त्यांची बेरीज केली आहे.'' माझा प्रश्न पूर्ण व्हायच्या आतच स्वरा एकदम आनंदानं उद्गारली.

पण तिला आणि तिच्या आजीलाही प्रश्न पडला, की शाळेच्या 'गणितात अशी बेरीज नसते आणि इथं तर ती प्रत्यक्ष समोर झालेली दिसतेय. हे कसं काय?' बस, टीचर म्हणून माझं काम संपलं. मुलांना एखाद्या अगदी नेहमीच्या साध्या प्रश्नावर विचार करायला लावायचा आणि मुल पुढचा प्रतिप्रश्न घेऊन येण्याकरता त्यांना वेळ द्यायचा. कारण एखादा प्रश्न मनात आला, की तो सोडवल्याशिवाय किंवा सुटल्याशिवाय माणूस, निदान खरा विद्यार्थी तरी, स्वस्थ बसूच शकत नाही. स्वराला वाटलं की गणितात तर सांगितलं होतं, की आंबे आणि सफरचंद यांची बेरीज होऊ शकत नाही; पण इथं तर ते फ्रुट मिक्स होतात आणि इतकंच नाही तर ते चांगलेही लागतात. पण इतक्यानं स्वराचं

समाधान होणार नव्हतं. ती विचारात पडली.

तेवढ्यात दारात आंबे विकणारा आला. पेटीतला एक चांगला आंबा काढून आम्हाला दाखवत म्हणाला, की 'काका, फळ तर बघा किती मोठं आहे!' त्याच्याकडून आंबे घेऊन झाल्यावर तो पुढच्या फ्लॅटकडे गेला. दार बंद करून आत आल्यावर बघितलं, तर स्वरा विचारात पडलेली दिसली आणि एकदम 'युरेका, युरेका'सारखा भाव तिच्या चेहऱ्यावर उमटला आणि ती म्हणाली, ''काका, आठ फळं!''

अरे, चांगले डझनभर आंबे घेतले आणि ही 'आठ फळं' काय म्हणतीय? आमच्या चेहऱ्यावरचे प्रश्नार्थक भाव बघून स्वरा म्हणाली, ''काका, तुमच्या मघाच्या प्रश्नाचं उत्तर!''

''उत्तर बरोबर की चूक हे आपण नंतर बघू. पण हे उत्तर तू काढलंस कसं, ते मला ऐकायचंय.''

''तो आंबेवाला मघाशी आंब्याला 'फळ' म्हणाला ना...''

''थांब, स्वरा थांब. पुढचं काही सांगू नकोस. तू ग्रेट आहेस.'' असं म्हणून मी तिला हाय-फाय दिलं. आजी बघतच राहिल्या.

आपल्याला मँगो आणि ॲपल डोळ्यांना जरी वेगळे 'दिसले' तरी आपण त्यांच्याकडे मनानं 'फळ' म्हणून 'पाहिलं' आणि गणित सुटलं. मुलांना 'दिसणं' आणि 'पाहणं' यातला फरक कळायला हवा आणि हे फक्त गणिताच्या बाबतीतच नाही. बऱ्याच वेळा पूजा करताना पूर्वतयारी म्हणून गुरुजी पाच फळं लागतील असं सांगतात, तेव्हा आपण हेच करतो ना? पण नेहमीच्या साध्या दिसणाऱ्या किंवा वाटणाऱ्या गोष्टींकडे आपण कधी नीट बघतच नाही.

तुमच्या मुलांना जेव्हा तुम्ही मंडईत घेऊन जाता (जाता ना?) तेव्हा त्यांनी मोबाईलकडे न बघता आजूबाजूला नीट बघितलं, तर त्यांना सहज काय दिसतं? कांदे-बटाटे एकत्र ठेवलेले दिसतील. लिंबू, कोथिंबीर, मिरची, आलं एकत्र ठेवलेलं दिसेल. पालेभाज्या एकत्र ठेवलेल्या दिसतील आणि सगळी फळं एकत्र ठेवलेली दिसतील. म्हणजे एकाच प्रकारच्या गोष्टी एकत्र सापडतात. का? कारण त्यांच्यात काहीतरी साम्य असतं म्हणून.

वर्गात मुलांशी बोलताना (शिकवणं नाही) मी नेहमी सांगतो, की आपल्या दोन डोळ्यांना जे दिसत नाही ते आपल्या तिसऱ्या डोळ्यांनं, मनानं पाहता येतं. कारण बाहेरचे दोन डोळे मँगो आणि ॲपल असा 'फरक' दाखवतात - डिफरेन्शिएशन, तर आतला तिसरा डोळा त्यातलं अदृश्य असं 'साम्य' दाखवतो. भगवान शंकरांनी त्यांचा तिसरा डोळा उघडला, की सर्व विश्वाचं भस्म होतं हे आपण लहानपणी ऐकलेलं असतं. त्याचा खरा अर्थ असा, की विश्व खरोखरीच भस्म होत नाही तर मन आणि बुद्धी एकत्र

येऊन म्हणजेच तिसरा 'डोळा' उघडून एकाग्रतेनं विचार केला असता सगळे दृश्यभेद नाहीसे होतात आणि त्याची अदृश्य अभेदता अनुभवास येते. आपण नेहमी ऐकतो ना, की भारतात 'युनिटी इन डायव्हर्सिटी' आहे, म्हणजे सगळी राज्यं वेगवेगळी दिसतात, पण आतून ती सगळी 'भारत'च आहेत. असो!

तर समजा, आपल्या मुलीचा वाढदिवस साजरा करायचा आहे. पार्टीला येणाऱ्या तिच्या मैत्रिणी आणि मित्रांकरता फ्रूट सॅलड बनवायचं आहे. त्याची कृती बनवताना गणितही जाता जाता बघता येईल. कसं? तर आता केळे, चिकू आणि सफरचंद यांची फळं म्हणून बेरीज तर आपण वर बघितली. आता त्यात दूध घालायचं म्हणजे पुन्हा बेरीज. कारण दोन गोष्टी एकत्र मिसळल्या की बेरीज आलीच, पण आता दूध म्हणजे फळ नाही हे उघडच आहे. शिवाय फळ आपण संख्येवर उदाहरणार्थ, एक डझन केळी आणि दूध तर लीटरवर आणतो. पण प्रत्यक्षात तर ते आपण फळांमध्ये मिक्स करतोय. मग ते गणितात कसं आणायचं? सोपं आहे. बाहेरचे दोन डोळे बंद करायचे आणि आतला तिसरा डोळा उघडायचा. आता दूध आणि फळ यात काहीतरी साम्य दिसेल. काय आहे ते साम्य? तर फळ आणि दूध हे खाण्याचे पदार्थ आहेत हे तर उघडच आहे. पण त्यांच्यात अजूनही काहीतरी साम्य आहे?

तर आता कृती पाहू या, त्यात काही मिळतंय का? '३ मध्यम आकाराची केळी, ४ मोठे चिकू...' वगैरे. म्हणजे फळं ही संख्येनं सांगितली असली, तरी त्यांचा व्हॉल्यूम सांगितला आहे. कृती पुढे म्हणते, '... एकत्र करून २ कप दूध...' थांबा, थांबा. दूधही व्हॉल्यूमच्या अंगानंच लिहिलेलं आहे आणि म्हणून कृतीच्या आणि गणिताच्या दृष्टीनंसुद्धा फळ आणि दूध या दोघांमध्ये व्हॉल्यूमचे साम्य आहे. फळ आणि दूध या गोष्टींचा व्हॉल्यूम आपण अॅड करत असतो, कारण शेवटी ते फ्रूट सॅलड वाटी किंवा कटोऱ्याच्या हिशेबानं म्हणजेच व्हॉल्यूमच्या अंगानं वाढायचं असतं ना? असंच लॉजिक किंवा विचार वापरून या मिश्रणात साखरेची बेरीज वजनाच्या अंगानं कशी करायची ते मुलंच स्वतः सांगतील. एखादी पोषणतज्ज्ञ आई या तीन गोष्टींमध्ये व्हिटॅमिनच्या अंगानं किंवा कॅलरीजच्या अंगानं त्यांची बेरीज करू शकते.

याचप्रकारे अनेक व्यावहारिक बेरजा मुलं आजूबाजूला निरीक्षण करून सांगू शकतील. उदाहरणार्थ, एखादी पाककृती करताना त्यात लागणारं वेगवेगळं साहित्य आपण दुकानातून आणतो. त्यावेळी त्यांची 'बेरीज' एकाच बिलामध्ये कशी होते? किमतीच्या अंगानं! आपण प्रवासाला निघताना जेव्हा बॅग भरत असतो, त्यावेळी वेगवेगळ्या प्रकारच्या सामानाची एकाच बॅगेत 'बेरीज'च करत असतो. कशी? तर वेट (वजन) किंवा व्हॉल्यूम यांच्या अंगानं. कारण बॅग बंद केल्यावर आपण तिचं म्हणजे पर्यायानं बॅगेतल्या सर्व सामानाचं वजन करतो ना? मग अशी व्यापक दृष्टी आपण मुलांना

का देत नाही? गणिताच्या नावाखाली सर्कशीतल्या प्राण्यांकडून हातात चाबूक घेऊन कवायत करून घेतल्यासारख्या केवळ निरर्थक बेरजा-वजाबाक्या करवून घेतो. म्हणून मुलांना गणितात अर्थ वाटत नाही. आपण बेरीज फक्त एक 'गणिती ऑपरेशन' म्हणून शिकवतो आणि अंकांच्या बेरजा कशा करायच्या एवढ्यापुरतीच मुलांची मानसिक वाढ होते. बेरीज ही एक खूप व्यापक संकल्पना आहे हे त्यांना शेवटपर्यंत समजतच नाही. बेरीज हे सगळ्या गणिताचं मूळ आहे आणि बाकीचं गणित हे त्यातून येतं. पुढे जेव्हा मुलं ग्राफ्स शिकतील तेव्हा त्यांचीही बेरीज, वजाबाकी होऊ शकते हेही त्यांना सांगता येईल.

मुलं शाळेत गणित शिकताना नुसत्या शेकडो बेरजा वर्गपाठ आणि हजारो बेरजा गृहपाठ म्हणून करतात. त्यातला काही वेळ बाजूला काढून अशा बेरजा शिकवल्या, तर त्यांची गणिती दृष्टी तयार होईल. गणिताचा आणि आपल्या रोजच्या जीवनाचा संबंध आहे हे कळेल आणि गणितात अर्थ आहे हे कळेल. आपण काहीतरी अर्थपूर्ण शिकतो असं त्यांना वाटेल. हीच कल्पना कॉम्प्युटर सॉफ्टवेअर मध्ये ऑब्जेक्ट ओरिएंटेड प्रोग्रामिंगमध्ये येते. ते शिकवायला कॉलेजात जायची कशाला वाट पाहायची? मी हे शाळेत शिकवलं आहे आणि ते मुलांना समजतं आणि 'आम्हाला कॉलेजमधलं गणित कळतं' हा केवढा मोठा आत्मविश्वास त्यांना वाटतो. मुलांना हे समजण्याची शक्ती असते हा माझा अनुभव आहे, पण आपण त्यांना कमी समजतो हे दुर्दैव आहे.

आपण मुलांना केवळ 'कसं करायचं' एवढंच सांगतो, पण 'हे का करायचं' हे फारच क्वचित सांगतो. 'कसं' ह्या पद्धतीचाच एवढा मारा केलं जातो, की त्या बिचाऱ्या मुलांना 'पण का?' असा प्रश्न विचारायची शक्तीच उरत नाही. त्यातूनही एखादा मुलगा वाचलाच आणि 'का?' असं विचारलं, तर त्याला बऱ्याच वेळा उत्तर मिळत नाही आणि म्हणून तो 'का?' हा प्रश्न विचारणं थांबवतो आणि इथंच त्याचं शिकणंही थांबतं. त्यानंतर उरतं ते केवळ प्रश्नोत्तराचं पाठांतर आणि परीक्षेची तयारी. मी बोर्डात आलेल्या अनेक मुलांना, ज्यांनी हजारो इक्वेशन्स सोडवलेली असतील, विचारले आहे की 'इक्वेशन म्हणजे काय, ते कुठून येतं आणि ते का सोडवायचं?' त्या सर्व मुलांनी 'हा बावळट माणूस आहे' असे चेहरे करून उत्तर न देताच काढता पाय घेतला.

नंतर मी विचार केला व २१ संभाव्य प्रश्न पाहिले. त्यात मी विचारलेले प्रश्न नव्हते. मी बावळट का आहे ते मला समजलं.

मी निघायच्या वेळी स्वरा दारात येऊन म्हणाली, ''काका, पुन्हा केव्हा येणार?''

∞

एक बादली, दोन नळ

आमच्या घराच्या बाथरूममध्ये अंघोळीच्या पाण्यासाठी दोन नळ आहेत. एक गार पाण्याचा आणि दुसरा सोलर हीटर गरम पाण्याचा. फक्त गार पाण्याचा नळ पूर्ण सोडला, तर अंघोळीची बादली दोन मिनिटांत भरते. जर नुसता गरम पाण्याचाच नळ पूर्ण सोडला, तर तीच बादली भरायला चार मिनिटं लागतात. आता जर मी दोन्ही नळ एकाच वेळी पूर्ण सोडले, तर किती वेळात ती बादली भरेल? असे प्रश्न बहुधा शाळेतल्या गणिताच्या पुस्तकात असतात. पण मी मात्र हा प्रॉब्लेम माझ्या एमसीएच्या वर्गात मुलांना देतो. कुणाला वाटेल, 'हा काय वेडेपणा?'

पण त्याचं काय आहे, की एमसीएचा कोर्स शिकवायला सुरुवात करण्याआधी साधारण पहिल्या दुसऱ्या दिवशीच मी मुलांना म्हणतो, 'आपण थोडंसं मेंटल वॉर्म-अप करू या.' कुठल्याही शारीरिक खेळाच्या आधी बॉडी वॉर्म-अप करतात, म्हणून बौद्धिक काम सुरू करण्याआधी मेंटल वॉर्म-अप. पण ही कल्पना मुलांना नवीन असते. तरी पण मुलांना मोकळं करण्याकरता एक हिंट देतो, की एक नेहमीच्या परिचयाची परिस्थिती आहे. यात फक्त कॉमन सेन्स आणि निरीक्षण वापरायचंय. शिवाय, तुम्हाला कोणताही फॉर्म्युला वापरायला लागणार नाही. तेव्हा स्मरणशक्तीला ताण देण्याची जरुरी नाही आणि मी माझा प्रश्न मांडतो, जो वर दिला आहे.

प्रश्न मांडल्यावर, सवयीप्रमाणं मुलं लगेच कामाला लागतात आणि पहिल्या बाकावर बसलेला एक विद्यार्थी लगेच हात वर करतो. मी त्याच्याकडे बघितल्यावर तो उत्तर सांगतो, "सर, तीन मिनिटं!"

उघडच आहे. त्यानं प्रश्नाकडे नीट बघितलंच नव्हतं. त्यानं चक्क चार मिनिटं

आणि दोन मिनिटं यांचा मीन किंवा ॲव्हरेज काढला होता. मी म्हटलं, "अरे, जर गार पाण्याचा एकच नळ ती बादली दोन मिनिटांत भरतो, तर दोन नळ चालू केले तर दोन मिनिटांपेक्षा कमीच वेळ लागणार नाही का?"

तो मुलगा जीभ चावतो. त्याची त्यालाच लाज वाटते.

गणिताबद्दल बऱ्याच लोकांची ही एक चुकीची समजूत आहे. ती म्हणजे जे मूल गणिताचं उत्तर पटकन देतं त्याचं गणित चांगलं. याच्यासारखी मूर्खपणाची दुसरी समजूत नाही, हे मत आहे अनेक थोर गणित शिक्षणतज्ज्ञांचं. ब्रिटिश लेखिका आणि स्टॅनफर्ड युनिव्हर्सिटीमधील मॅथेमॅटिक्स एज्युकेशनच्या प्रा. जो बोलर आणि गणिताचे एक शिक्षक डेव्हिड वेलनकोर्ट यांच्यासारख्या तज्ज्ञांचं. हे 'चॅम्पियनला शिकवणी' लेखात आलेलंच आहे. पण महत्त्वाचं म्हणून पुन्हा इथं आठवण करून दिली.

तर त्या एमसीएच्या वर्गात प्रश्न विचारल्यावर, उत्तराकरता प्रथम हात वर करणारा तो गणितात हुशार अशी त्याची कल्पना असावी. तोपर्यंत बऱ्याच मुलांनी आपापली उत्तरं काढलेली असतात. खेदाची आणि तुम्हाला आश्चर्य वाटेल अशी गोष्ट म्हणजे ४० मुलांच्या वर्गात फारच थोडी मुलं गणित समजून घेऊन बरोबर उत्तर काढतात. लक्षात घ्या, हे शाळेतलं सातवी-आठवीतलं गणित आहे आणि माझ्यासमोर 'मास्टर ऑफ सायन्स'चे विद्यार्थी बसलेले आहेत. असं असण्याचं कारण, बहुतेक मुलं शाळेत असताना गणित शिकले होते, पण गणिती विचार कसा करायचा हेच ते कधी शिकले नव्हते. गणिती विचारपद्धतीत जगप्रसिद्ध विचारवंत जे. कृष्णमूर्तींचं (ज्यांचं युनोमध्ये १९८४ आणि १९८५ मध्ये भाषण झालं होतं.) वाक्य लक्षात ठेवायचं. 'Freedom from the desire to find the answer is pre-requisite to the understanding of a problem.' म्हणजे, उत्तर 'काढण्याकरता' प्रयत्न करायचा नसतो, तर प्रश्न काय आहे ते समजून घेण्याचा प्रयत्न करायचा असतो. म्हणून 'या प्रश्नाचं मला उत्तर काढायचं आहे' या टेन्शनच्या ओझ्यापासून प्रथम मुक्त व्हावं लागतं. ते कुणीच लक्षात घेतलेलं दिसत नव्हतं. मुलांना आश्चर्य वाटतं, की इतका सोपा, शाळेतल्या गणिताचा प्रॉब्लेम आपल्याला येऊ नये. पण मला अजिबात आश्चर्य वाटलेलं नसतं. दरवर्षी मला असाच अनुभव कमी-जास्त प्रमाणात येतो. मग मी म्हणतो, 'आता वह्या बंद करा. पेन/पेन्सिल बाजूला ठेवा. मागे टेकून बसा. डोळे मिटा आणि ऐका.

पहिली गोष्ट म्हणजे आपल्याला हा प्रश्न सोडवायचा नाहीये. (ऑ! मुलांच्या मनातले विचार... अरे, आधी प्रश्न विचरतात आणि आता म्हणतात आपल्याला प्रश्न सोडवायचा नाहीये, पण सरांची तब्येत तर ठीक दिसतेय!) प्रश्न सोडवायचा आहे हे पहिल्यांदा विसरा. डोळे मिटा आणि आता नुसतं काय होतंय ते मनाच्या डोळ्यांनी

'बघा' (Visualization). आता डोळ्यांपुढे ते दोन नळ आणि एक बादली आणा. आता फक्त गार पाण्याचा नळ सोडलाय. एकीकडे तुम्ही घड्याळाकडे बघताय. काटा पुढे सरकतोय, मधून मधून बादलीकडेही तुमचं लक्ष आहे. बादली हळूहळू भरत चाललीय... बाकीचं आता तुम्ही करा. घाई नाहीये. अट फक्त एकच, हे करताना मजा आली पाहिजे. कारण आता उत्तर काढायचं टेन्शन नाहीये. आपण फक्त प्रश्न समजून घेतोय. खरं तर त्याला प्रश्नही म्हणू नका, सिच्युएशन म्हणा. प्रश्न या शब्दाची बहुतेकांना भीती किंवा ॲलर्जी असते.

माझा एक ऑस्ट्रेलियन टीचर मित्र म्हणायचा, 'प्रश्नाशी रोमान्स करायचा असतो.' मी मुलांना सांगतो, प्रश्नांशी खेळायचं असतं. कसं? तर आपल्या कल्पनाशक्तीला वाव द्यायचा आणि वेगवेगळ्या शक्यता, मिटलेल्या डोळ्यांपुढे आणायच्या. त्यात आपण व्यवहारात अशक्य असणाऱ्या गोष्टींचीही कल्पना करायची. हीच तर मनाची शक्ती. त्याकरता मनानंच लहान बालक व्हायचं. सगळ्या मोठमोठ्या शास्त्रज्ञांनी असंच केलं होतं. न्यूटनकडे काय अद्ययावत मोठ्या प्रयोगशाळा होत्या का कॉम्प्युटर होता, पण सगळ्यात पॉवरफुल मशिन त्याच्याजवळ होतं ते म्हणजे मन आणि अचाट कल्पना करण्याचं डेअरिंग. आईन्स्टाईननंही असंच थॉट एक्सपेरिमेंट्स केले होते. त्यातूनच पुढचे जगप्रसिद्ध सिद्धांत निघाले. आपल्याकडेही तसंच मन आणि कल्पनाशक्ती आहे. पण ते शाळा-कॉलेजमध्ये शिक्षणाच्या आणि परीक्षेच्या गडबडीत वापरायला मिळतच नाही. मग मनाला कल्पनाशक्ती आहे हेही आपण विसरून जातो आणि दुर्दैवानं मनाची फक्त स्मरणशक्तीच वापरतो, कल्पनाशक्ती नाही.

तर, आपण पुन्हा ते नळ आणि ती बादली मनात आणू. हा केवळ मनाचा खेळ असल्यामुळे प्रयोग करताना पाण्याचा एक थेंबही वाया जाणार नाही. तर सिच्युएशन काय आहे, तर दोन्ही नळांतून येणाऱ्या पाण्याचा वेग वेगवेगळा आहे - गार पाणी फास्ट पडतंय (कारण बादली फक्त दोन मिनिटांत भरते), गरम पाणी स्लो पडतंय (कारण बादली भरायला चार मिनिटं लागतात) आणि दोन्ही नळांतलं पाणी एकाच वेळी त्याच बादलीत पडतंय आणि त्यामुळे कन्फ्युजन होतंय. बरोबर? मग काय करायचं, तर सिच्युएशन बदलायची, सोपी करायची - पण आपल्या मनात. प्रथम कल्पना करायची, की दोन्ही नळांतून एकाच वेगानं पाणी पडतंय. म्हणजे समजा, प्रत्येक नळ एकेकटा दोन मिनिटांत ती बादली भरतोय. मग आता दोन्ही नळ एकदम सोडले, तर उत्तर उघडच आहे - ते म्हणजे एक मिनिट. कारण दोन्ही नळांचा मिळून बादली भरण्याचा स्पीड दुप्पट झाला, म्हणजेच कॉमन सेन्सनं कळतं वेळ निमपट झाला.

आता हे प्रत्यक्ष सिच्युएशनशी कम्पेअर केलं, तर कळेल की गरम पाण्याचा नळ आपण कल्पना केला इतका फास्ट नाहीये. म्हणजे प्रत्यक्ष परिस्थितीत दोन्ही नळांना

मिळून एक मिनिटापेक्षा जास्त वेळ लागेल, पण दोन मिनिटांपेक्षा कमीच. आपण ते वर बघितलंच आहे. म्हणजे दोन्ही नळ एकदम सोडले, तर एक मिनिटापेक्षा जास्त पण दोन मिनिटांपेक्षा कमी वेळ लागेल. आता आपण नकळत उत्तराच्या जवळ चाललोय.

तर, दोन नळ एकाच वेळी पण दोन वेगवेगळ्या वेगानं एकाच बादलीत पाणी भरताहेत म्हणून खूप जणांचं विचारांचं कन्फ्युजन होतं हे आपण बघितलंच. आता अजून एक गंमत अर्थात, मनातच करून बघू. तर आता काय करू, की दोन नळ एकाच बादलीत पाणी भरतात, त्याऐवजी प्रत्येक नळाखाली एक-एक बादली ठेवायची. गार नळाखालची बादली दुप्पट वेगानं भरते म्हणून त्याकरता दोन बादल्या ठेवायच्या. सगळं कल्पनेतलंच आहे. थॉट एक्सपेरिमेंटमध्ये खर्च काही नाही. आता सोडा दोन्ही नळ. दोन मिनिटं झाली की गरम पाण्याची बादली अर्धी भरलेली असेल आणि गार पाण्याची पूर्ण भरलेली. ती सरकवून लगेच दुसरी रिकामी बादली त्या नळाखाली सरकवायची. चार मिनिटं होतील तेव्हा गरम पाण्याची उरलेली अर्धी बादली आणि गार पाण्याची दुसरी बादलीही पूर्ण भरलेली असेल. आता दोन्ही नळ बंद करा. तर आता गरम आणि गार पाणी एकत्र केलं, तर तीन बादल्या पाणी झालं. म्हणजेच तीन बादल्या मिक्स्ड पाणी भरायला चार मिनिटं लागली. तर एक बादली भरायला किती मिनिट? तर ४/३ मिनिट. युरेका! अरे, उत्तर आलं की! आणि शिवाय कागद, पेन्सिल नाही आणि टेन्शनही नाही. शाळेत अशाप्रकारे का शिकवता येऊ नये? हे सगळं झाल्यावर आता गणिताचं व्याकरण वापरून, सिम्बॉल्स वापरून शालेय क्रमिक पाठ्यपुस्तक मेथड वापरून मुलांना दाखवलं तर त्यांना त्याचा अर्थ कळेल. पण फक्त मेथडच दाखवली तर ते सगळं बोअरिंग, नीरस आणि मेकॅनिकल आहे. त्यात मजा येत नाही. 'गणित म्हणजे काय' हे न कळणाऱ्यांना गणितात किती क्रिएटिव्हिटी आहे ते समजतच नाही म्हणून शाळेतलं गणित कुणाला आवडत नाही. हे गणित चित्र काढूनही म्हणजेच ग्राफ वापरूनही सोडवता येईल. अरिथमॅटिक, अल्जेब्रा आणि जिओमेट्री हे कसे एकत्र नांदतात हाही बोध मुलांना होईल.

हे असं, इतकं सहज, सोपं, क्रिएटिव्ह असताना बहुतेक जण, त्या पहिल्या बाकावरच्या चटकन उत्तर देणाऱ्या मुलाप्रमाणं, तीन मिनिटं असं उत्तर का देतात? चार मिनिटं आणि दोन मिनिटं यांचा ॲव्हरेज काढण्याचा मोह त्यांना का होतो? माहीत नाही. कदाचित गणिताचा पॅटर्न ओळखण्यात ते चुकतात. जेव्हा दोन गोष्टी एकमेकांवर परिणाम करत असतात, तेव्हा त्यांचा मध्य काढण्यात अर्थ आहे. पण दोन नळ एकमेकांवर परिणाम करत नसतात हे लक्षात येत नाही. याचं कारण मूळ प्रश्न समजून घेतलेला नाही. याचं कारण उत्तर आणि तेही पटकन हवं यात मन अडकलेलं. मग उत्तर कसं बरोबर येणार? गणित अवघड नव्हतं. आपण त्याकडे नीट पाहिलं नाही

म्हणून ते अवघड करून घेतलं. साध्या दोरीला आपण साप समजलो. हरकत नाही. चुकीच्या उत्तरानं सुरुवात झाली, पण आपल्याच लक्षात ते आलं हे काही कमी नाही. तिथूनच मग आपलं काय आणि का चुकलंय हे कळतं. मग मजा यायला सुरुवात होते.

एकदा गुगली चेंडू ओळखता आला, की त्यावर आउट न होता चौकाही मारता येऊ शकतो. गुगली खेळायला अवघड नसतं. ती ओळखायला बॉलरच्या हाताकडे नीट पाहायला लागतं. कुठलाही फटका आधीच ठरवायचा नाही. म्हणूनच जे. कृष्णमूर्ती म्हणतात, 'If you 'see' a problem, it is no more a problem!'

∞

बोटीतली सहल

'फील्ड्स मेडल' हे गणिताचं अत्यंत प्रतिष्ठेचं, नोबेलच्या बरोबरीचं आंतरराष्ट्रीय प्राइझ आहे. गणित विषय नोबेल प्राइझमध्ये नसतो. काही वर्षांपूर्वी मंजुल भार्गव यांना 'फील्ड्स मेडल' मिळालं. त्यानंतर त्यांची एक मुलाखत 'टाइम्स ऑफ इंडिया'मध्ये आली होती. त्यात त्यांनी म्हटलं होतं, की आपल्या पाठ्यपुस्तकात फार 'कृत्रिम' प्रॉब्लेम्स सॉल्व्ह करायचे असतात आणि तेही नीरस अशा, केवळ 'पाठ केलेल्या पद्धती' वापरून. त्याऐवजी जिगसॉ-पझल किंवा एखादं कोडं आपण सोडवतो, त्या पद्धतीनं गणित शिकवलं गेलं पाहिजे. ते स्वतः त्याच पद्धतीनं शिकवतात. जिग-सॉ-पझलमध्ये पहिल्यांदा एक संपूर्ण चित्र दाखवलेलं असतं, पण आपल्याकडे मात्र ते चित्र केवळ वेगवेगळ्या तुकड्यांच्या रूपानं असतं. नुसत्या तुकड्यांकडेच आपण पाहत बसलो, तर काहीच बोध होत नाही. हा काहीतरी कचरा आहे असं वाटतं, पण जर आपण मूळ संपूर्ण चित्राकडे नजर टाकली तर त्या प्रत्येक तुकड्यात आपल्याला 'अर्थ' दिसतो. आपण चिकाटीनं तसं करत गेल्यास शेवटी एक छान चित्र बनतं. मंजुल भार्गव स्वतः खूप संगीत शिकलेले आहेत आणि उत्तम तबलाही वाजवतात. ते म्हणतात की संगीत, काव्य आणि गणित यांत खूप साम्य आहे. आता सोनारानं कान टोचूनदेखील आपल्या शिक्षणपद्धतीला हे कधी उमगणार?

पुस्तकातल्या कृत्रिम आणि म्हणूनच आपल्या रोजच्या जीवनाशी संबंध नसलेल्या प्रश्नांचं एक उदाहरणच माझ्या वाचनात आलं ते पाहू या... 'एका समूहामध्ये असलेल्या हंसांच्या एकूण संख्येच्या वर्गमुळाच्या ७/२ पट हंस तळ्याच्या काठावर बसलेले आहेत. उरलेले दोन पाण्यात पोहत आहेत. तर समूहात एकूण पक्षी किती?' पहिली गोष्ट, किती

जणांनी हंस पाहिला आहे? आणि जर एखाद्या वेळी सुंदर हंसांचा समूह एखाद्या तळ्यात काही दैवयोगानं पाहायला मिळाला तर त्या सुंदर दृश्याचा आनंद घेताना कुणाला एखादी कविता स्फुरेल, कुणाला चित्र काढण्याचा मोह होईल, तर कुणाला फोटो काढायची संधी घ्यावीशी वाटेल. पण पुस्तकात मात्र हंस मोजायचे, त्या संख्येचं वर्गमूळ काढायचं आणि त्याला ७/२नं गुणायचं, त्यात पुन्हा दोन मिळवायचे. वर्गमूळ का काढायचं, ७/२ नं का गुणायचं याचं काहीच कारण न सांगितल्यामुळे मुलांना त्यात रस कसा वाटणार?

त्याऐवजी हा प्रॉब्लेम कसा वाटतो पहा - 'तीन तासांची नदीतील बोटीतली सहल १५ कि.मी. उगमाकडे आणि उलट १५ कि.मी. प्रवाहाबरोबर येते. नदीच्या पाण्याच्या प्रवाहाचा वेग ताशी २ कि.मी. आहे. तर बोटीचा वेग किती? अशी बोटीतली सहल आपल्या बहुतेकांच्या परिचयाची आहे. बहुतेकांना आपल्या क्रूझची सफर किती लांब अंतराची आहे, किती वेळ लागणार आहे, नदीच्या पाण्याला ओढ किती आहे (प्रवाहाचा वेग), आपली बोट किती वेगानं चालली आहे अशी उत्सुकता असतेच. लहान मुलांनाच नाही तर मोठ्यांनाही असते. तर अशा प्रकारच्या एका गणितात काय आणि कसा विचार करायचा ते पाहू.

प्रथम दिलेली माहिती आपल्या रोजच्या साध्या भाषेत लिहून काढायची. हे करताना दिलेल्या माहितीतली फक्त महत्त्वाची किंवा संबंधित माहिती लिहून काढायची: एकूण प्रवासाचा वेळ - ३ तास, एका दिशेनं जाण्याचं अंतर - १५ कि.मी. आणि नदीच्या प्रवाहाचा वेग - ताशी २ कि.मी. इतकी माहिती इथं पुरेशी आहे. नदीचं नाव, गावाचं नाव, कोणती तारीख होती, बोटीत एकूण प्रवासी किती वगैरे माहिती जरी दिलेली असली आणि ती इतर कशाकरता उपयोगी असली आणि सामान्यज्ञानाच्या दृष्टीनं किंवा व्यवहाराच्या दृष्टीनं महत्त्वाची किंवा उपयोगाची असली, तरी बोटीच्या वेगाच्या दृष्टीनं तिला महत्त्व नाही. असं विश्लेषण मुलांना करता आलं पाहिजे.

आता, पहिली गोष्ट म्हणजे मुलांना डोळे बंद करून स्वतःच्या मनानं या प्रसंगाची कल्पना करायला सांगायचं. नंतर शक्य असल्यास त्याचं उघड्या डोळ्यांनी चित्र काढता येईल का हे पाहायचं. थोडक्यात काय, तर ते गणित कसं 'बांधलं गेलंय' हे कळायला पाहिजे. ते कळलं की कसं 'सोडवायचं' याची दिशा मिळेल. घाई करायची नाही. म्हणून पहिल्यांदा प्रश्नाशी आपल्या मनानंच खेळ खेळायचे. उदाहरणार्थ, जाऊन-येऊन एकूण प्रवास ३ तासांचा आहे, तर याचा अर्थ नदीच्या उगमाकडे जायला १.५ तास आणि परत उलट यायला १.५ तास, असं असू शकेल का? असेल तर मग नदीच्या पाण्याच्या वेगाचं काय? नसेल तर उगमाकडे (प्रवाहाच्या उलट) जायला जास्त वेळ लागेल की (प्रवाहाच्या दिशेनं) परत यायला जास्त वेळ लागेल? एकूण वेळ तीन तास असं सांगितलं, तर त्यामागे काही गृहीत धरलं आहे का? समजा, बोटीचा वेग ताशी २ कि.मी.

पेक्षा कमी (म्हणजे नदीच्या प्रवाहाच्या वेगापेक्षा कमी) असेल तर काय होईल? या सगळ्या खेळात मुलांना कल्पना आणि विचार करण्याला भरपूर संधी मिळाली पाहिजे. हे सगळं प्रश्नोत्तरांच्या, संवादाच्या स्वरूपात झालं पाहिजे. शिक्षकांकडून एकतर्फी नव्हे!

आता शिक्षक मुलांना विचारू शकतात, की या प्रश्नासंबंधी काही आकृती काढता येईल का? आकृती किंवा स्केच काढायची सवय लहानपणापासून लागली, तर पुढे फार उपयोग होतो असा माझा अनुभव आहे. आकृती काढताना प्रश्न अधिक स्वच्छ दिसायला लागतो. अदृश्य गृहीतं दिसायला लागतात. प्रश्नात दिलेली माहिती का दिली, प्रश्नात दिलेल्या माहितीचा एकमेकांशी काय संबंध आहे इत्यादी गोष्टी समजतात. ह्या सर्वांचा उपयोग प्रश्न समजण्यात आणि पर्यायानं उत्तर सापडण्यात होऊ शकतो. अर्थात, प्रत्येकवेळी हे शक्य होईलच असं नाही, पण तसा प्रयत्न करून पाहायला काय हरकत आहे.

आपल्याला बोटीचा वेग माहीत नाही. मग 'कॉल अ फ्रेंड' ही हेल्पलाइन वापरायची. आपल्या एका अडचणीच्या वेळी धावून येणाऱ्या मित्राला नक्की माहीत आहे. तो मित्र म्हणजे मिस्टर एक्स (अर्थात 'क्ष')! मग उगमाकडे प्रवाहाविरुद्ध १५ कि.मी. जाताना प्रवासाचा वेग असेल $(x - 2)$ आणि उलट प्रवासात प्रवाहाबरोबर १५ कि.मी. जाताना प्रवासाचा वेग असेल $(x + 2)$. आपल्याला माहीतच आहे, की (प्रवासाचं अंतर) / (प्रवासाचा वेग) = (प्रवासाला लागलेला वेळ). आता हीच माहिती गणिताच्या भाषेत लिहायची. त्यावर गणिती प्रक्रिया करायच्या की उत्तर आपल्या हातात येतं. (कुतूहल असलेल्या वाचकांनी लेखाच्या शेवटी हे पाहावं.)

इथं उत्तर जरी निघालं, तरी शिक्षकांना हा प्रश्न अजून पुढे नेता येईल. तो असा, की बोटीला उगमाकडे जायला किती वेळ लागेल आणि परत यायला किती वेळ लागेल? मुलांना स्वतःहून करण्याकरता होमवर्क म्हणूनही देता येईल. असो! मग उत्तर येईलच. पिकलेलं फळ जसं झाडावरून सहज हातात येतं तसं. शिवाय, हा गणिताचा प्रश्न सोडवताना फिजिक्समधील रिलेटिव्ह स्पीडची संकल्पनाही सहज समजून जाते. आता उत्तर तर आलेलं आहे. पण अजून आपण त्या प्रश्नाशी खेळू शकतो. कसं? तर दिलेला प्रश्न आपण गंमत म्हणून बदलायचा. हा सगळा मनाचाच किंवा कल्पनेचा खेळ आहे. आईन्स्टाईन नेहमी म्हणायचे, नुसती 'माहिती' जमवण्यापेक्षा किंवा असण्यापेक्षा 'कल्पना' जास्त महत्त्वाची. (इमॅजिनेशन इज मोअर इम्पॉर्टंट दॅन नॉलेज!) ते म्हणायचे, मुलांना परीकथेतल्या गोष्टी मुद्दाम सांगायला पाहिजेत. असो!

तर आता बोटीनं नदीच्या प्रवाहाच्या किंवा त्याच्या उलट दिशेनं प्रवास न करता या काठावरून त्या काठावर, म्हणजे प्रवाहाच्या दिशेच्या काटकोनात असा प्रवास केला तर नदीच्या प्रवाहाचा त्या प्रवासावर काय परिणाम होईल? फिजिक्समधली व्हेक्टर

ही कल्पना शिकवण्याची आयती आलेली संधी का वाया घालवायची? नुसती यांत्रिक पद्धतीनं शंभर गणितं सोडवण्यापेक्षा अशासारख्या एकाच गणितावर अनेक तास घालवले, तर जी इनसाइट मुलांना मिळेल त्यामुळे खरं शिक्षण होईल असं मला वाटतं. एखादं गणित एका पीरियडमध्येच संपायला पाहिजे असं थोडंच आहे? पण बिचाऱ्या शिक्षकांना सिलॅबस संपवण्याचं प्रेशर असतं. इच्छा असली, तरी ते करता येत नाही. शिवाय 'अहो, त्या शाळेत एका तासात १२ गणितं घेतात आणि तुम्ही फक्त एक!' असं म्हणणारे काही परीक्षार्थी पालक (?) असतातच. गणिताची शक्ती आणि जादू मुलांपर्यंत लहान वयातच पोचायला हवी. ती पोचवणं हे आपल्या शिक्षणपद्धतीचं आणि शिक्षणयंत्रणेचं काम आहे असं मला वाटतं!

∞

सहलीतील बोटीचा वेग काढण्याची एक पद्धत...

उगमाकडे जाताना लागलेला वेळ + परत येताना लागलेला वेळ = ३ तास
(प्रश्नात दिलेलं आहे.)

$$\frac{15}{(X - 2)} + \frac{15}{(X + 2)} = 3$$

हे गणिती प्रक्रिया वापरून सिम्प्लिफाय केल्यावर (ल.सा.वि., क्रॉस मल्टिप्लिकेशन, कंस सोडवणं इत्यादी.) इक्वेशन असं दिसेल.

$$x^2 - 10x - 4 = 0$$

इथं हे गणित सुटलेलं आहे (सोल्युशन)
आता ते इक्वेशन गणिताच्या प्रांतात आलं. आता क्वाड्रॅटिकचा आपल्याला माहीत असलेला फॉर्म्युला वापरायचा (a = 1, b = -10 आणि c = -4) आणि उत्तर येतं x = 10.38 कि. मी./तास म्हणजेच बोटीचा वेग! हे वापरून बोटीला उगमापर्यंत पोचायला १ तास ४७ मिनिटं आणि परत यायला १ तास १३ मिनिटं लागतील हे सहज काढता येतं.

मी ज्या ठिकाणी कॉम्प्युटर इंजिनीअरिंग शिकवायला जातो, त्या कॉलेजमधले बहुतेक विद्यार्थी स्वतःच्या वाहनानं येतात. टर्मच्या सुरुवातीला पहिल्या दिवशी एकमेकांची ओळख होते. मी कोण, माझी शैक्षणिक पात्रता काय आहे, इंडस्ट्रीजमधला किती आणि कोणता अनुभव आहे, शिकवण्याचा अनुभव काय आहे हे सर्व सांगतो. त्यात माझा हेतू, केवळ मी 'कुठून' येत आहे हे त्यांना कळावं इतकाच. शिकवणं आणि शिकणं हा संवाद असतो, असावाच लागतो. संवादात प्रथम समोरची व्यक्ती 'कुठून' येते हे समजणं महत्त्वाचं असतं. म्हणून मलाही ते 'कुठून' येतात, म्हणजे त्यांची शैक्षणिक व सामाजिक पार्श्वभूमी काय आहे, स्वतंत्र विचार करण्याची क्षमता किती आहे आणि आपले विचार व्यक्त करण्याची कला त्यांना किती अवगत आहे इत्यादी जाणून घ्यायचं असतं. वर्गामध्ये, समोरासमोर शिकवण्याचा महत्त्वाचा फायदा म्हणजे भावनात्मक संवाद होणं हा असतो, जो इंटरनेट, यूट्यूब किंवा इतर ऑप्समध्ये नसतो. शिकवणाऱ्याची देहबोली समोर बसलेल्या विद्यार्थ्यांना दिसते. ती त्यांच्यावर नकळत परिणाम करत असते.

जर्मनमध्ये एक म्हण आहे. त्याचा सारांश आहे 'टच बिफोर यू टीच.' इथं टच याचा अर्थ विद्यार्थ्यांच्या मनाला स्पर्श करणं. कारण बुद्धीकडे जाण्याचा मार्ग मनामधून जातो. पुस्तक, यूट्यूब, इंटरनेट, लर्निंग ऑप्स या सर्व मीडियाचा मर्यादित उपयोग काही विद्यार्थ्यांना जरूर होतो. पण आपल्याला एखादी संकल्पना समजत आहे का, किती समजली आहे, काय अडचण आहे, ती नेमकी कुठं आणि का आहे हे त्या मीडियाला कळत नाही. आपल्याला एखादी गोष्ट समजली नाही म्हणून तो व्हिडिओ पुन्हा लावावा

तर दुसऱ्या किंवा पलीकडच्या बाजूकडून पुन्हा तेच आणि तसंच सांगितलं जातं. पण शिक्षकाला आपण प्रत्यक्ष समोरासमोर सांगत असलेलं, समोर बसलेल्या विद्यार्थ्यांच्या किती पचनी पडतंय हे त्यांच्या चेहऱ्यावरून, इतर प्रतिसादावरून लगेच ओळखता येतं. समजा, पुन्हा सांगावं लागलं तर वेगळ्या पद्धतीनं सांगता येतं, वेगळी उदाहरणं देता येतात. विद्यार्थ्याला एखादी नवीन संकल्पना समजल्यावर त्याचा चेहरा उजळून निघालेला पाहण्यात शिक्षकाला जो आनंद मिळतो, तो फक्त एक शिक्षकच जाणू शकतो.

तर, हे सगळे माझ्यासमोर बसलेले एमसीएचे (मास्टर ऑफ कॉम्प्युटर ऍप्लिकेशन) विद्यार्थी असतात. कोर्स सुरू करायच्या आधी, प्रत्यक्ष विषयाला हात घालण्यापूर्वी, (मेंटल वॉर्म-अप म्हणून) मी मुलांना म्हणतो, 'तुमच्या राहण्याच्या ठिकाणाहून इथं येण्यापर्यंतचा रस्ता तुम्हाला नीट माहीत आहेच. तर पहिल्यांदा एका कागदावर प्रत्येकानं आपापल्या राहण्याच्या ठिकाणाहून इथं कॉलेजपर्यंत येण्याचा नकाशा काढा.' मुलांना प्रथम हे कळत नाही की 'हे काय? आम्हाला इतकी सोपी गोष्ट करायला का सांगत आहेत. त्याचा उद्देश काय?' तरी पण, सगळे जण इमानदारीत आपापल्या वहीच्या कागदावर नकाशा काढायला लागतात. मी वर्गात फेऱ्या मारून, कोण कसं काढतंय ते पाहत असतो. साधारण दहाएक मिनिटांत बहुतेकांचे नकाशे काढून पूर्ण होतात. मी ते पटकन नजरेखालून घालतो. मला ते कुठं राहतात त्यात रस नसतो, पण त्यांनी नकाशा कसा काढलाय त्यात रस असतो आणि दरवर्षीप्रमाणं त्यातला एकही नकाशा हा नकाशाच नसतो. तुम्ही विचाराल 'का?' सांगतो.

पहिली गोष्ट म्हणजे, मुलांनी पूर्ण विचार न करताच तो नकाशा (?) काढलेला असतो. कारण नकाशा काढताना तो कुणाकरता आणि कशाकरता काढायचा हे त्यांनी मला विचारणं आवश्यक होतं. कारण ज्या व्यक्तीकरता तो नकाशा आहे ती व्यक्ती चालत जाणार आहे का, सायकलवरून जाणार आहे का, कार/मोटरबाइक वापरणार आहे का, त्यावरून एकेरी वाहतूक, ट्रॅफिक सिग्नल, उजवीकडे/डावीकडे वळू नका यांसारखी माहिती त्या नकाशात दिलेली सोयीची पडेल. ही गणिती समग्र विचार करण्याची पद्धती आहे.

दुसरी गोष्ट, नकाशा काढताना ज्या कागदावर तो काढायचा त्याचा आकार आणि घरापासून ते कॉलेजपर्यंत एकूण अंदाजे अंतर किती हे प्रथम जाणून घेऊन एक स्केल ठरवावं लागतं. (उदाहरणार्थ, १ सें.मी. = १०० मी.) एकाही मुलानं नकाशा काढताना हा सर्वांत महत्त्वाचा आणि प्रथम करण्याचा विचारच केलेला नसतो. त्यामुळे ५० मीटर आणि ५०० मीटर नकाशावर एकाच लांबीच्या रेषा होत्या. काही ठिकाणी तर ५० मीटरची रेषा ५०० मीटरच्या रेषेपेक्षा लांब होती. असं असेल, तर निदान 'हा नकाशा

प्रमाणबद्ध' नाही (Not to Scale) हे तरी लिहिणं जरुरीचं होतं.

तिसरी आणि तितकीच किंवा त्याहीपेक्षा जास्त महत्त्वाची गोष्ट म्हणजे कुणीही नकाशावर उत्तर दिशा कोणत्या बाजूला आहे हेही दाखवलेलं नसतं. त्यामुळे पूर्व कोणती आणि पश्चिम कोणती याचा पत्ताच नव्हता. म्हणजे ती आकृती असते, पण तो सर्व बाजूंनी परिपूर्ण नकाशा नसतो. त्यामुळे नकाशा वापरणाऱ्यानं घराबाहेर पडल्यावर उजवीकडे जायचं का डावीकडे हे कसं कळणार?

या अगदी छोट्याशा कृतीनं हे दाखवून दिलं, की नकाशा या संकल्पनेत (१) प्रवास अभिप्रेत असतो आणि प्रवास म्हटला की (२) दिशा आणि (३) अंतर हे त्याचे अविभाज्य भाग असतात. असा समग्र गणिती विचार करायला शिकवणं हे शाळेतच होणं अपेक्षित आहे. त्यांनी शाळेत अनेक ग्राफ्स काढलेले असतात. त्यांना क्ष-अक्ष, य-अक्ष, प्रमाण हे सगळं 'माहीत' असतं. त्यावर त्यांनी शाळेत अनेक गणितं 'सोडवलेली' असतात, चांगले मार्क्सही मिळवलेले असतात. पण... पण त्यामागची विचारप्रक्रिया आत्मसात होण्याकरता वेळ कुठाय? आपल्याला जेवायला फक्त १५ मिनिटं लागतात, पण त्या अन्नाचं पचन होऊन ते पूर्ण रक्तात मिसळून जाण्याकरता तासनतास लागतात. तसंच, शिकताना आपण जे 'आत घेतो' ती माहिती अन्न असते. त्याचं मनन म्हणजेच पचन होऊन ते आत्मसात झालं, तरच शिक्षणप्रक्रिया पूर्ण झाली असं म्हणता येईल. माझ्यासमोर बसलेली ही मुलं केजी सोडून पंधरा वर्षं विज्ञान, गणित 'शिकलेली' होती. त्यांना अनेक प्रश्नांची उत्तरं माहीत (म्हणजे पाठ) होती. पण ती त्यांची स्वतःची नव्हती. म्हणून शास्त्रीय किंवा गणिती पद्धतीनं विचार कसा करावा हे कळलेलं आहे असं वाटत नव्हतं. त्यांना शास्त्रीय परिभाषेत पण स्वतःच्या शब्दांत, व्याकरणदृष्ट्या शुद्ध भाषेत, संपूर्ण वाक्यात त्यांचे विचार मांडताना खूप अडचण येते. कारण मनातले विचार स्पष्ट आणि स्वच्छ नसतात. हे मी प्रत्येक वर्षी पाहतो. जोपर्यंत आपल्याला आपल्या स्वतःच्या शब्दांत एखादा विचार सुस्पष्टपणे मांडता येत नाही, तोपर्यंत तो विषय आपल्याला नीट कळलेला नाही असं खुशाल समजावं.

आपला नेहमीचा अनुभव आहे, की आपण एखादा सिनेमा किंवा नाटक पाहून आलो आणि ते आवडलं असेल तर त्याची संपूर्ण गोष्ट अगदी बारकाव्यानिशीसुद्धा आपण आपल्या शब्दांत सांगतो. त्या कुणा लेखकाच्या किंवा पटकथा लेखकाच्या किंवा संवाद लेखकाच्या भाषेत नव्हे! का? तर ती गोष्ट आपल्याला आवडलेली असते आणि मुख्य म्हणजे समजलेली असते आणि आपण ती एन्जॉय केलेली असते म्हणून 'आपली' झालेली असते. शाळेत गणित शिकत असताना आपण किती एन्जॉय केलं होतं? शाळेत आपल्याला सांगितलं जातं, 'हे न्यूटनचे नियम, हा पायथागोरसचा सिद्धांत, हा हूक्सचा नियम.' यातलं एकही मला 'माझं' वाटत नाही. म्हणून मग आपण

पुस्तकात लिहिलेलं 'जसंच्या तसं' न समजता लिहितो, तरी परीक्षेत पूर्ण मार्क्स मिळतात आणि आपण ते शिकलो असा आपला समज होतो. शाळेत असताना गणित किंवा विज्ञान यातले अनेक सिद्धांत किंवा नियम आपल्याला शिकवले गेले. ते जर तेव्हा आपल्याला भावले असतील आणि समजले असतील तरच ते आपण आपल्या शब्दांत दुसऱ्याला सांगू शकतो. आपण शाळेत शिकलेली सगळी माहिती डोक्यात ठेवतो. ती हृदयापर्यंत पोचत नाही म्हणून ती आत्मसात होत नाही. एखादा सिनेमा आवडला तर पुन्हा पाहतो, गाणं आवडलं तर पुनःपुन्हा ऐकतो. पण शाळा सोडल्यानंतर किती जणांनी शाळेत वापरलेलं एखादं पुस्तक पुन्हा उघडलं असेल. मला वाटतं, यातच आपल्या शिक्षणपद्धतीचं फलित स्पष्ट होतं.

मी पुढे जाऊन मुलांना सांगतो, की 'आता सॉफ्टवेअर म्हणजे काय हे तुम्ही तुमच्या आजीला किंवा घरातल्या पाच वर्षांच्या मुलाला कसं समजावून सांगाल?' या सर्व विद्यार्थ्यांकडे बॅचलर डिग्री आहे याचा अर्थ त्यांच्याकडे बरीचशी माहिती असली पाहिजे, पण माझा उद्देश त्यांना समज किती आहे याचा अंदाज घेण्याचा असतो. नुकतीच प्रसिद्ध हिंदुस्थानी शास्त्रीय गायक उस्ताद रशीद खान यांची एक मुलाखत वाचण्यात आली. त्यात त्यांनी गाण्याच्या संदर्भात 'उपज' असा शब्द वापरला होता त्याची मला इथं आठवण होते. नुसती अस्थायी किंवा अंतरा 'पाठ' करून किंवा त्या रागातले स्वर कोणते किंवा आरोह-अवरोह कसे आहेत ही 'माहिती' असली म्हणजे तो राग समजला असं होत नाही आणि गाता तर मुळीच येणार नाही.

समोरचे विद्यार्थी जिथं आहेत, तिथूनच पुढचा प्रवास सुरू करायचा असतो. प्रवासाची दिशा ठरवायची असते, प्रवासाचं अंतर लक्षात घेऊन वेग ठरवायचा असतो. कुठल्याही प्रवासात आपल्याकडे जरी नकाशा असला, तरी त्या नकाशात प्रथम आपण कुठं आहोत आणि आपल्याला कुठं जायचं आहे हे नक्की कळलं तरच पुढची दिशा ठरवता येते. अजून एक महत्त्वाची गोष्ट म्हणजे प्रवासाकरता प्रत्येकाकडे कोणतं वाहन आहे हे जाणून घेऊन त्याप्रमाणं त्याला मार्ग आणि सूचना द्याव्या लागतात. प्रत्येकाची बौद्धिक क्षमता, समजून घेण्याची पद्धत, त्याची कौटुंबिक आणि सामाजिक पार्श्वभूमी यांचा एकत्रित विचार म्हणजे त्या विद्यार्थ्यांचं स्वतःचं विचाराचं 'वाहन' घेऊन त्याला मार्गदर्शन करावं लागतं. जसा एखादा चांगला वकील किंवा चांगला डॉक्टर यांना त्यांच्या विषयांचं ज्ञान आवश्यक असतंच, पण त्याहीपेक्षा जे गणिती पद्धतीनं विचार करतात ते यशस्वी होतात, असं मला वाटतं.

सुप्रसिद्ध डॉक्टर अभय बंग यांच्या एका पुस्तकात, ते स्वतः जेव्हा आजारी पडले आणि पेशंट म्हणून हॉस्पिटलमध्ये ॲडमिट झाले तेव्हा त्यांना जाणवलं, की हॉस्पिटल्स ही वैद्यकीय व्यवस्थेच्या सोयीनुसार असतात पेशंटच्या नाही! आपण 'विद्यार्थिकेंद्रित',

'ज्ञानरचनावाद' वगैरे म्हणतो, पण अजूनही आपली शिक्षणव्यवस्था ही 'शाळाकेंद्रित' आणि 'परीक्षाकेंद्रित'च आहे असं मला वाटतं, म्हणून शिक्षणपद्धतीत 'एज्युकेशन'पेक्षा ट्रेनिंग / कोचिंगला महत्त्व आलंय. त्यांच्याद्वारे गणिती किंवा वैज्ञानिक संकल्पना न समजताही परीक्षेत पास होता येतं. इतकंच नाही, तर चांगले मार्क्सही मिळवता येतात आणि त्यावर शिक्षण 'यशस्वी' झालंय असा निष्कर्षही निघतो. मला प्रश्न पडतो यात नक्की यशस्वी कोण आणि कशात झालंय - विद्यार्थी, शिक्षक, पालक, शाळा की आपली शिक्षणपद्धती? कोण?

∞

'ज्ञानरचनावाद' वगैरे म्हणतो, पण अजूनही आपली शिक्षणव्यवस्था ही 'शाळाकेंद्रित' आणि 'परीक्षाकेंद्रित'च आहे असं मला वाटतं, म्हणून शिक्षणपद्धतीत 'एज्युकेशन'पेक्षा ट्रेनिंग / कोचिंगला महत्त्व आलंय. त्यांच्याद्वारे गणिती किंवा वैज्ञानिक संकल्पना न समजताही परीक्षेत पास होता येतं. इतकंच नाही, तर चांगले मार्क्सही मिळवता येतात आणि त्यावर शिक्षण 'यशस्वी' झालंय असा निष्कर्षही निघतो. मला प्रश्न पडतो यात नक्की यशस्वी कोण आणि कशात झालंय - विद्यार्थी, शिक्षक, पालक, शाळा की आपली शिक्षणपद्धती? कोण?

शिकूनही निरक्षरच!

तुम्हाला भूक लागलीये. पिझ्झा मागवायचाय. तुम्ही फोन करता. एक १२ इंच पिझ्झा ऑर्डर करता. तिकडून तुम्हाला सांगितलं जातं, 'सॉरी सर. १२ इंच पिझ्झाला वेळ लागेल. पण तुम्हाला घाई असेल, तर त्याच किमतीत तुम्हाला दोन ६ इंच पिझ्झे दिले तर चालतील का? डिलिव्हरी चार्जेस लावणार नाही!' तुम्ही मनात म्हणता '६ इंचाचे दोन पिझ्झे म्हणजे १२ इंचाचा एक पिझ्झा. शिवाय डिलिव्हरी चार्जेस नाहीत.' तुम्ही पटकन 'हो' म्हणता आणि मनात स्वतःच्या हुशारीचं कौतुकही करता.

पण या डीलमध्ये तुमचा तोटा झालाय हे पिझ्झा खाण्याच्या आनंदात तुमच्या लक्षात येत नाही. 'कसं?' म्हणाल...

तर आपण या 'डील'चा फार विचार न करता ठरवलं, की ६" + ६" = १२". पण ६" + ६" = १२" हा 'सरळ रेषेतला' विचार झाला. पण पिझ्झा वर्तुळाकार असतो. त्याचा एरिया (म्हणजेच पिझ्झाची क्वांटिटी) ही त्रिज्येच्या 'सरळ' प्रमाणात नसून त्रिज्येच्या 'वर्गाच्या' प्रमाणात वाढते. शाळेत असताना आपण वर्तुळाच्या एरियाचा फॉर्म्युला 'पाय गुणिले त्रिज्येचा वर्ग' (πr^2) घोकून पाठ केलेला असतो. त्यावर 'पैकीच्या पैकी' मार्क्सही मिळवलेले असतात. पण त्याचा व्यवहारात काय उपयोग असं वाटलं किंवा त्यात काही मजा वाटली नाही म्हणून म्हणा, आपण तो विसरूनही गेलेला असतो. आता १२ इंच पिझ्झा म्हणजे त्याची त्रिज्या ६ इंच. तर ६ इंच त्रिज्येच्या वर्तुळाचे, म्हणजे इथं पिझ्झाचे, क्षेत्रफळ झालं π x (६चा वर्ग) म्हणजे अंदाजे ११३ चौरस इंच. त्याच फॉर्म्युलानं ६ इंच पिझ्झाचं (म्हणजे त्याची त्रिज्या ३ इंच) क्षेत्रफळ झालं अंदाजे २८ चौरस इंच. दोन पिझ्झाचं झालं ५६ चौरस इंच. म्हणजे १२ इंच पिझ्झाचे

पैसे देऊन तुमच्या हातात पडला अर्धाच पिझ्झा! म्हणजे डिलिव्हरी फुकट मिळूनही तुम्हाला हा सौदा महागातच पडला. (एका सर्व्हेमध्ये ४००० पिझ्झेरिया तपासले होते. त्यांचे वेगवेगळे आकार आणि किमती यांचा अभ्यास करून निष्कर्ष निघाला, की लांज पिझ्झा हा 'पर स्केअर इंच'च्या हिशेबानं नेहमीच फायदेशीर ठरतो. अर्थात, तुम्हाला इतका पिझ्झा नको असेल तर गोष्ट वेगळी!) आपण अशिक्षित असतो तर हे चाललं असतं हो! पण आपण तर चांगली दहा वर्षं गणित शिकलो. मग हे असं कसं झालं? तर, मी फॉर्म्युला पाठ केला, परीक्षेत चांगल्या मार्कांनी पासही झालो. पण... गणिती विचारपद्धती आत्मसात नाही झाली आणि गणित हे रोजच्या जगण्याकरता असतं हे आपल्याला कुणी सांगितलंच नाही. म्हणजे एका दृष्टीनं आपण 'गणित निरक्षर'च की!

आणखी एक उदाहरण - एका साबणाची जाहिरात असते, की त्यानं हात स्वच्छ धुतल्यास ९९% किटाणू नाश पावतात. ९९% या आकड्यानं आपण प्रभावित होतो. पण गणिती विचार केला, तर हे विधान अर्धवट म्हणून अर्थहीन आहे. कारण 'कशाच्या ९९%' हे सांगितलंच नाही. म्हणजे किटाणूंच्या प्रकारांच्या ९९%? का किटाणूंच्या संख्येच्या ९९%? शास्त्रज्ञांच्या मते सर्वसाधारणपणे आपल्या हातावर दर चौरस सेंटिमीटर एरियावर १५०० किटाणू असतात. त्याच्या ९९% किटाणू जरी नाश पावले तरी १% उरतातच. १५००च्या १% म्हणजे १५ किटाणू दर चौरस सेंटिमीटर एरियावर जिवंत आहेत. तळहाताचा एरिया ५० स्क्वेअर सेंटिमीटर धरला, तर त्यावर ७५० किटाणू राहतीलच. त्यातला एखादा जर घातक असेल तर? आपण केवळ ९९% या आकड्यानं प्रभावित होतो. (शाळेतला आपला अनुभव सांगतो, की ९०%च्या वर मार्क्स म्हणजे डिस्टिंक्शन! तेच आपल्या डोक्यात असतं.) जाहिरातीतील अशी कितीतरी उदाहरणं देता येतील. गणिताचा एक व्यवहारी उपयोग म्हणजे आपल्याला कुणी फसवू शकत नाही.

अजून एक रोजच्या व्यवहारातलं उदाहरण घेऊ या. एका दुकानात टूथपेस्टच्या ट्यूबवर १०% किमतीत सूट आहे. त्याच ट्यूबवर दुसऱ्या दुकानात १०% एक्स्ट्रा पेस्ट फ्री आहे. बहुतेकांना या दोन्ही डील्स सारख्याच वाटतात. १०% किंमत कमी काय किंवा त्याच किमतीत १०% पेस्ट अधिक काय एकूण एकच. पण हे असं नाहीये. नीट गणित केलं, तर दिसेल की १०% सूट ही जास्त चांगली डील आहे. ते कसं? समजा, १०० ग्रॅम टूथपेस्टची किंमत १०० रुपये आहे. आता किमतीवर १०% सूट आहे म्हणजे तुम्हाला १०० ग्रॅम पेस्ट ९० रुपयांना मिळाली. म्हणजे प्रत्येक ग्रॅमला ०.९ रुपये. आता दुसरी डील बघू. त्याच किमतीमध्ये १०% पेस्ट अधिक मिळाली म्हणजे १०० रुपयांत ११० ग्रॅम पेस्ट मिळाली. म्हणजे प्रत्येक ग्रॅमला ०.९१ रु. म्हणजे दुसरं डील १%नं महाग आहे. शिवाय १०० ग्रॅम हवी असताना उगीच १० ग्रॅम जास्त महाग किमतीला घ्यावी

लागली. मुद्दा हा की गणित साक्षर माणूस सहज फसत नाही!

आपल्यापैकी बहुतेकांना 'निरक्षरता' ही आपल्या देशातील समस्या माहीत आहे. खरंतर ही समस्या सर्व जगभर आहे, अगदी अमेरिकेतसुद्धा. निरक्षरता ही दोन प्रकारची असते. पहिला प्रकार म्हणजे अजिबात अक्षरओळख नसणं. जे कधीच शाळेत गेलेले नाहीत आणि लिहा-वाचायला शिकले नाहीत, अशी निरक्षरता सहज दिसून येते. सरकार आणि सामाजिक संस्था या बाबतीत अनेक योजना राबवतात आणि त्यांचे चांगले परिणाम दिसून येत आहेत. दुसरा प्रकार म्हणजे जे (काही वर्ष) शाळेत गेलेले आहेत, लिहा-वाचायला शिकले आहेत, पण व्यावहारिकदृष्ट्या निरक्षर आहेत. म्हणजे कसं, तर त्यांना लिहिलेलं वाचायला येतं. उदाहरणार्थ, एखादा फॉर्म, एखादं आलेलं पत्र किंवा सूचना इत्यादी. पण वाचलेल्याचा अर्थ समजत नाही किंवा मनात काही असेल आणि ते लिहून दाखवायचं असेल उदाहरणार्थ, एखादं पत्र किंवा अर्ज लिहायचा असेल, फॉर्म भरायचा असेल तर ते बरोबर लिहिता येत नाही इत्यादी. व्यावहारिक निरक्षरता हे खूप मोठं ओझं घेऊन अशा लोकांना जगावं लागतं हे आपण पाहतोच. विशेषतः आजकालच्या तंत्रज्ञान युगात तर हे ओझं अधिकच जाणवतं. असे लोक समाजात मागे पडतात. आपण ज्या गोष्टी सहज करतो किंवा ग्राह्य धरतो त्या त्यांच्या आवाक्याबाहेर राहतात.

पण आत्ता आपला विषय 'लिहिणं-वाचणं'- पण ते न समजणं ही व्यावहारिक निरक्षरता हा नसून, एक वेगळ्या प्रकारची निरक्षरता पाहणार आहोत. ती आहे 'गणित निरक्षरता.' ही केवळ शाळेत न गेलेल्यांची नाही, तर शाळा-कॉलेजमध्ये शिक्षण झालेल्यांच्या बाबतीतही आढळते. अगदी चांगल्या पोझिशनवर काम करणाऱ्या व्यक्तींमध्येही दिसून येते. पण ती खूप व्यापक प्रमाणावर असल्यामुळे असूनसुद्धा दिसत नाही. इंग्रजीमध्ये 'एलिफंट इन द रूम' असा एक फार समर्पक वाक्प्रचार आहे. हे विधान काही जणांना खूप अतिशयोक्तीचं वाटत असेल, तर आपल्या रोजच्या जीवनातला हा पुढील प्रसंग पहा.

एकदा एक सुशिक्षित, पदवीधर माणूस (म्हणजे दहा वर्ष तरी गणित 'शिकलेला') कपड्यांच्या दुकानात गेला. डिस्काऊंट सेल चालू होता. त्यानं कपडे निवडले. बिल देण्याकरता कॅशिअरकडे गेला. कॅशिअरनं विचारलं, की आधी डिस्काऊंट लावून मग टॅक्स लावला तर कमी बिलावर कमी टॅक्स लागून तुम्हाला बिल कमी येईल. तो माणूस म्हणाला 'नको, नको. उलट आधी टॅक्स लावून बिल वाढेल व त्या मोठ्या अमाऊंटवर डिस्काऊंट लावा म्हणजे मला जास्त डिस्काऊंट मिळेल. खरंतर गणिताची व्यावहारिक साक्षरता ज्याला असेल त्याला सहज समजेल, की कोणत्याही पद्धतीनं त्या माणसाला द्यावी लागणारी रक्कम सारखीच येते. त्या दोघांनाही इतकं गणित येत होतं,

की टॅक्स लावला की बिल वाढते आणि डिस्काऊंट लावला की बिल कमी होते. टॅक्स काय किंवा डिस्काऊंट काय दोन्ही मूळ किमतीला गुणाकार करून येतात. त्यामुळे आधी टॅक्सनं गुणून मग डिस्काऊंटनं गुणणं काय किंवा आधी डिस्काऊंटनं गुणून मग टॅक्सनं गुणणं काय दोन्हीचा अर्थ एकच. दोघांनीही माध्यमिक शाळेत शिकलेली (पण समजलेली?) ही एक साधी गणिती क्रिया अ x ब = ब x अ माहीत असूनसुद्धा ती त्यांच्या विचारप्रक्रियेचा सहज भाग झाली नव्हती. गणितात दोघंही पास झाले होते. शाळा संपली आणि त्यांचं गणितही त्यांनी तिथंच सोडलं. शाळा सोडताना, जीवनाच्या प्रवासात ते शिदोरी म्हणून बरोबर लागेल हे त्यांना कुणी सांगितलं नसावं. म्हणून व्यवहारात गणित न शिकल्यासारखी त्यांची परिस्थिती झाली.

शाळा-कॉलेज शिकलेल्या कितीतरी जणांना 'बाय टू, गेट वन फ्री' म्हणजे किती पर्सेंट डिस्काऊंट होतो हे कळत नाही. तसंच वजन कमी करण्याचं गणित. नुसतं दहा किलो वजन कमी झालं, पंधरा किलो कमी झालं हे माहीत असणं चांगलंच आहे, परंतु त्याचबरोबर किती पर्सेंट कमी झालं हेही माहीत असणं आवश्यक आहे. नाहीतर शाळेत पर्सेंटवरची इतकी गणितं करूनही पर्सेंट का काढायचे असतात हेच बऱ्याच जणांना समजत नाही.

जाता जाता गंमत म्हणून सांगतो, की ह्या व्यावहारिक गणितातल्या निरक्षरतेचं एक वैशिष्ट्य आहे. ती लपवण्याकरता, 'मला गणित कधीच आवडलं नाही', 'माझी गणितात नेहमीच बोंब व्हायची', 'गणिताच्या शिक्षकांची मला फार भीती वाटायची!' अशी वाक्यं कुठलाही कमीपणा न समजता उच्चारली जातात. या बाबतीत शिक्षणतज्ज्ञांनी आपलं काही चुकतंय का याचा विचार करावा असं मला वाटतं.

∞

उत्तर नको, प्रश्न हवा!

नोव्हेंबर १९४९ मध्ये आईन्स्टाईन यांचा एक निबंध 'सॅटर्डे रिव्ह्यू ऑफ लिटरेचर' मध्ये प्रसिद्ध झाला होता. त्यात त्यांनी त्यांच्या लहानपणीचे, आयुष्याला कलाटणी देणारे दोन अनुभव सांगितले होते.

पहिला होता, ते चार-पाच वर्षांचे असताना. त्यांच्या वडिलांनी त्यांना मॅग्नेटिक कंपास (होकायंत्र) दाखवला होता तो प्रसंग. कंपास कसाही फिरवला, तरी त्यातली सुई नेहमीच एका विशिष्ट (उत्तर) दिशेकडे कशी बोट दाखवते ह्या गोष्टीचं त्या छोट्या आईन्स्टाईनला खूप आश्चर्य वाटलं होतं. कुणीही त्या सुईला त्या दिशेला फिरवण्याकरता कोणताही प्रयत्न न करता ती सुई आपोआप कशी काय नेहमी तीच दिशा दाखवते? तिथं, त्याच क्षणी त्याला जाणवलं, की या जगात खूप खोल काहीतरी दडलेलं आहे निश्चित!

दुसरा प्रसंग, आईन्स्टाईन बारा वर्षांचा असतानाचा. तो म्हणजे, युक्लिडच्या जिओमेट्रीवर आधारित एक छोटं पुस्तक त्याच्या हातात पडलं. त्या पुस्तकाची लेखनशैली इतकी सुबोध होती, आणि त्यातील प्रत्येक गणिती सिद्धांत इतक्या खात्रीपूर्वक रीतीनं त्यात सिद्ध करून दाखवला होता की शंकेला अजिबात जागाच राहत नव्हती. प्रतिपादनाच्या त्या शैलीनं छोटा आईन्स्टाईन खूप आश्चर्यचकित आणि प्रभावित झाला, पण कॉम्पसच्या आश्चर्याहून हे आश्चर्य वेगळं होतं. ते म्हणजे 'केवळ तर्क आणि विचार' हेही त्या अदृश्य मॅग्नेटिक शक्तीइतकंच प्रभावी आहे, ह्याचं त्याला वाटलेलं आश्चर्य! अशा प्रकारचा कुतूहलाचा, आश्चर्यानं थक्क होण्याचा अनुभव शाळेत आपण आपल्या मुलांना शिकण्याच्या वयातच देतो का?

लहान आईन्स्टाईनला, ते जिओमेट्रीचं पुस्तक मिळण्याआधी त्याच्या इंजिनीअर काकांनी त्याला जिओमेट्रीची ओळख करून दिली होती. त्यातल्या पायथागोरसच्या सिद्धांतानं त्याला इतकं झपाटल्यासारखं झालं होतं, की त्यानं स्वतः एक प्रूफ शोधून काढलं. ते प्रूफ आईन्स्टाईनचा पहिला मास्टरपीस म्हणायला हरकत नाही. सुदैवानं तो शाळेतल्या मुलांना समजण्याच्या पातळीवर आहे. ते प्रूफ आपल्याला मुलांना वर्गात गंमत म्हणून दाखवता का येऊ नये? गणिताचा तास रूक्ष असायला पाहिजे आणि सगळं फक्त परीक्षेकरताच शिकायचं असं कुठं लिहिलंय? दुर्दैवानं, असा हा अत्यंत महत्त्वाचा आणि गणितातला मूलभूत सिद्धांत शाळेत बहुधा एक-दोन पीरियडमध्ये 'संपवला' जातो.

मानवाची उत्क्रांती होत असताना, विशेषतः वैज्ञानिक उत्क्रांती होत असताना अनेक क्रांतिकारक शोध लागलेले आहेत. अशा प्रत्येक वेळी, ह्या नवीन शोधानं त्या वेळचा मोठा प्रश्न सोडवलेला आहे. आपल्याला त्या शोध लावणाऱ्या शास्त्रज्ञाच्या बुद्धीचं योग्य ते कौतुक, आश्चर्य आणि आदरही वाटतो. पण प्रत्येक वेळी जेव्हा एखादा प्रश्न आपण स्वतः सोडवतो, तेव्हाही आपल्यापुरता तो शोधच असतो. तो प्रश्न कितीही छोटा का असेना, पण त्यानं जर तुमचं कुतूहल किंवा जिज्ञासा जागृत केलेली असेल, त्यामुळे जर तुमची संशोधनवृत्ती कार्यरत झालेली असेल आणि जर तुम्ही तो प्रश्न स्वतः सोडवला असेल; तर त्या थोर शास्त्रज्ञांना त्यांच्या शोधाच्या प्रवासात जसा अनिश्चितता, नैराश्य आणि विजय अशांसारख्या भावनांचा प्रत्यय आला होता, तसाच तुम्हालाही नक्कीच आला असेल. असा अनुभव जर तुम्हाला तुमच्या लहानपणी, संस्कारक्षम वयातच आला, तर ही 'चव' पुन:पुन्हा घेण्याची आवड निर्माण होऊ शकेल आणि त्या बालवयात झालेला हा मनावरील संस्कार आयुष्यभराकरता उपयोगी पडेल.

म्हणून शिक्षकांकरता, विशेषतः गणिताच्या शिक्षकांकरता शाळेतला प्रत्येक तास ही मोठी संधी असते, परंतु गणिताच्या तासाचा सगळा वेळ त्याच त्या उदाहरणांच्या घोकंपट्टीत गेला तर मुलांचा गणितातला सगळा इंटरेस्टच जातो आणि त्यांची बौद्धिक वाढ होत नाही. एक फार मोठी संधी वाया जाते. 'शिकवण्याच्या' नादात मुलाचं 'शिकणं'च राहून जातं. आईन्स्टाईनचं एक वाक्य मला पुन:पुन्हा आठवतं- 'शिक्षण' या विषयावर बोलताना आईन्स्टाईन म्हणतात,

'The value of an education is not the learning of many facts but the training of the mind to think something that cannot be learned from textbooks.'

अर्थात, 'शिक्षण म्हणजे केवळ अनेक गोष्टी नुसत्या माहीत करून घेणं नव्हे, तर पुस्तकाबाहेरचा एखादा प्रश्न समोर आला, तर त्यावर विचार करण्याची क्षमता

मुलांमध्ये निर्माण झाली पाहिजे. ही क्षमता केवळ पुस्तकातून शिकता येत नाही.'

आपण जर वर्गात मुलांचं कुतूहल, जिज्ञासा जागृत होईल असे प्रश्न त्यांच्यासमोर ठेवले, त्यावर अनेक अंगांनी साधकबाधक प्रश्न उपस्थित केले आणि त्यांची उत्तरं मुलांना काढता आली तर त्या मुलांना विचार कसा करायचा याची झलक मिळेल, त्यातल्या आनंदाची 'चव' कळेल. खऱ्या शिक्षणाचा उद्देश साध्य होण्यास मदत होईल. स्वतःचा विचार करण्याची सवय लागण्याकरता शाळा असते. गणित हा केवळ अनेक विषयांतला एक अशा दृष्टीनं त्याच्याकडे पाहिलं जातं. त्यात पास होण्याकरता कमीत-कमी किती आणि कसे मार्क्स मिळवायचे एवढंच बहुतेकांचं ध्येय (?) असतं.

सुदैवानं बऱ्याच मुलांना यापेक्षा अधिक मोठं ध्येय असतं. त्यांना खरोखरीच शिकायची इच्छा असते. वर्गात तासाला ते लक्षपूर्वक ऐकत असतात, स्वतःहून क्रमिक पुस्तकांबरोबर इतर पुस्तकं वाचत असतात. त्यातली माहिती आणि सोडवलेली उदाहरणं पाहतात. पण 'हां, ही पद्धत बरोबर वाटतीय. उत्तर पण बरोबर दिसतंय. पण अशा पद्धती मला कशा शोधून काढता येतील? मला एखादा शोध स्वतःला लावता येऊ शकेल का?', असे विचार माझ्या एखाद्या विद्यार्थ्याच्या मनात येत असतील का? असं खऱ्या शिक्षकाला मनापासून वाटत असतं.

म्हणून शिक्षकाचं खरं काम 'शिकवणं' नसून मुलं कशी शिकतील हे पाहणं आहे. इंग्रजीमध्ये याला फॅसिलिटेशन म्हणतात. जसं, अंधारात आपण दिवा लावतो आणि मग आपली कामं करतो. दिवा काही आपली कामं करत नाही, पण त्याच्या प्रकाशात आपली कामं होतात. आपले डोळे मात्र उघडे पाहिजेत. शिक्षक नेमकं हेच करतो. विद्यार्थ्यांचे डोळे उघडतो आणि विषयावर प्रकाश टाकतो. कारण शिकण्याची ऊर्मी, क्षमता आणि साधनं विद्यार्थ्यांपाशी नैसर्गिकरित्याच असतात. लहान बाळाला आई बोलायला न 'शिकवता'ही ते मूल बोलायला कसं 'शिकतं'? तर 'Touch before you teach' या पद्धतीनं. इथं स्पर्श हा प्रेमाचा आहे, शारीरिक नाही. जेव्हा आपण इंग्रजीमध्ये 'Learn by heart' म्हणतो, तेव्हा शिकवणारा प्रथम शिकणाऱ्या विद्यार्थ्याच्या हृदयात भावनेच्या माध्यमातून प्रवेश करतो (emotional connect). मग त्याच्या बुद्धीला आवाहन करतो (intellectual connect). म्हणूनच अनेक शिक्षणतज्ज्ञ नेहमी सांगत असतात, की निदान लहान मुलांना तरी मातृभाषेतून शिक्षण द्या. कारण ती त्यांच्या हृदयाच्या जवळची भाषा आहे.

आपलं व्यक्तिमत्त्व विकसित होण्यासाठी लागणारी नीतिमत्ता, आपली प्रगती होण्याकरता जरुरी असणारी जीवनातली उच्च मूल्यं आपण कुठं आणि कशी शिकतो? तर गोष्टींतून. 'रामायणा'तल्या पात्रांच्या वर्तणुकीतून. आई मुलाची 'संस्कार शाळा' घेत नाही, तर गोष्टी सांगून ती त्याच्या हृदयाला स्पर्श करते. कुठल्याही विषयात

अशा गोष्टींचा खजिना आहे. गणित आणि विज्ञान यात तर गोष्टींचा प्रचंड साठा आहे. पण... गणिताच्या, विज्ञानाच्या तासाला गोष्टी आल्या, तर सगळ्यांनाच काहीतरी चुकल्यासारखं वाटतं. हे अभ्यासक्रमात नाही, परीक्षेलाही नाही, मग कशाला वेळ 'वाया' घालवायचा?

शिकण्यातून पहिल्यांदा आनंद मिळायला पाहिजे. ज्ञान होईलच. ते प्रत्येकाच्या आत सूक्ष्मरूपानं असतेच. ते फक्त बाहेर काढण्याकरता योग्य वातावरण निर्माण करणं हे शिक्षणव्यवस्थेचं काम आहे. बीमध्ये झाड असतंच. माळ्याचं - शिक्षकाचं काम फक्त त्या बीला जमीन, खत, पाणी आणि सूर्यप्रकाश देणं इतकंच! आई लहान बाळाच्या बाबतीत असंच करताना दिसते. मूल जेव्हा आईचं ऐकून बोबडं बोलायला लागतं, तेव्हा आई त्याला थांबवत नाही की रागावतही नाही. मूल बोबडं बोलत असताना ते खरंतर आईची भाषा 'शिकत' असतं. आईची कौतुकमिश्रित प्रतिक्रिया येते. त्यावर त्याचं शिक्षण प्रगत होतं. 'डेव्हलपमेंटल सायन्स' या जर्नलमध्ये नुकताच एक संशोधन प्रबंध प्रसिद्ध झाला. त्यातला अभ्यास हे सांगतो, की तान्हं मूल हे आईचं ऐकून ऐकून आपलं बोबडं बोलणं हळूहळू सुधारत आईच्या बोलण्याच्या जवळजवळ आणतं. गणित शिकवताना अशीच पद्धत वापरता येऊ शकते हे मी माझ्या अनुभवावरून सांगू शकतो. पण वर्गात मात्र विद्यार्थ्यांकडून जरा चूक झाली (म्हणजे गणिती भाषेत मूल बोबडं बोलायला लागलं) की एक तर रागावणं किंवा शून्य मार्क देऊन त्या विद्यार्थ्यांमध्ये न्यूनगंड उत्पन्न करून त्याचं शिक्षणच बंद होणं असा प्रकार पाहायला मिळतो. तो 'शाळेत जातो' म्हणजे तो 'शिकतो' असं होत नाही. जसं, अंगावर पडणारा पाऊस काही जण एन्जॉय करतात, पण काही जणांचे फक्त कपडेच भिजतात.

शाळेत आईची जागा शिक्षक घेतात आणि ग्यानबाची मेख तिथंच आहे. शिक्षण विभागाची शिक्षणाच्या दर्जाविषयीची 'श्वेतपत्रिका', शिक्षणतज्ज्ञांचे सेमिनार्स, क्रमिक पुस्तकाच्या सुरुवातीला असलेले उच्च ध्येयांचे मनोगत वगैरे सर्व वाचायला छानच वाटतं. पण विद्यार्थ्यांच्या दृष्टीनं शिक्षक म्हणजेच 'शिक्षणपद्धती' असते. त्यांना ज्ञान रचनावाद वगैरे काही समजत नाही. शिक्षक सांगेल ते सत्य अशी त्यांची भावना असते आणि त्याचाच पुरेपूर उपयोग करून घ्यायचा असेल; तर चांगले पगार देऊन, चांगला मान देऊन आयआयटीकडे जाणारा किंवा आयएएसकडे जाणारा तरुणांचा लोंढा शाळेकडे वळवायला हवा. प्राथमिक शाळेतच मुलांचा संपर्क अशा जाणकार आणि सखोल ज्ञान असणाऱ्या शिक्षकाशी आल्यास जिजामातेसारख्या आईच्या केवळ सहवासानं जसा सोळा वर्षांचा तरुण शिवबा परकीयांच्या अमलाखाली असताना स्वराज्याची स्वप्नं बघू लागला; तसा परिणाम अशा शिक्षकांच्या सहवासानं, त्यांच्याशी होणाऱ्या संवादानं होऊन विद्यार्थ्यांना ज्ञानाची गोडी लागेल. आपल्या संस्कृतीत गुरूचं स्थान

राजापेक्षाही वरचं मानलं गेलेलं आहे. मग शिक्षक हा पेशा डॉक्टर, इंजिनीअर, सी.ए. अशा सामाजिक प्रतिष्ठेच्या समजल्या जाणाच्या पातळीवर आणायला कुणाची हरकत असेल? दहावी किंवा बारावीच्या परीक्षेत पहिल्या आलेल्या बहुतेक विद्यार्थ्यांचं स्वप्न 'शिक्षक' सोडून इतर काहीतरी होणं हे असतं हे आपण पाहतो. शिक्षणव्यवस्थेची ही शोकांतिका आहे.

शाळा ही प्रश्न विचारण्याकरता आहे. दुसऱ्यांं सांगितलेली उत्तरं कुणीही पाठ करू शकेल. त्याकरता शाळा नाहीये. कारण माणूस हा उत्तरं पाठ करून नाही, तर प्रश्न विचारून पुढे जात असतो. शास्त्रज्ञांना प्रश्न पडले होते म्हणून आपली भौतिक प्रगती झाली. वर्गात काय, किंवा वर्गाबाहेर काय, विद्यार्थी जेव्हा एखादा प्रश्न विचारतो याचाच अर्थ त्याला मागे सांगितलेलं समजलं आहे आणि याहून पुढे जाण्याची इच्छा आहे. शिक्षकानं मुलांना प्रश्न कसे विचारावेत हे सांगायला पाहिजे. विद्यार्थ्याला एकदा ती सवय लागली, की तो पुढे चाललाय असं समजावं.

∞

सिम्पल इंटरेस्ट

आपण जेव्हा एखाद्या आर्ट गॅलरीमध्ये पेंटिंग्ज बघायला जातो, तेव्हा एखादं आकारानं मोठं (उदाहरणार्थ, ६ X ८ फूट) असलेलं पेंटिंग फार जवळून बघायचा प्रयत्न केला तर काय दिसतं? वेगवेगळ्या रंगांचे असंबद्ध ठिपके, आडव्या-तिडव्या रेषा. काहीही अर्थबोध होत नाही. आपण मनात म्हणतोसुद्धा 'काय काढलंय, कुणास ठाऊक?' पण ते प्रसिद्ध कलाकारानं काढलेलं असल्यामुळे आपण आपला प्रश्न संकोचानं कुणाला विचारत नाही. पण आपण एका चांगल्या कलाकृतीला मुकलो ही भावना असते. मग आपण ते चित्र सोडून पुढे पुढे जात राहतो. त्या चित्रापासून जरा लांब गेल्यावर काही कारणानं आपली नजर पुन्हा त्याच चित्रावर पडते आणि एक 'युरेका' क्षण येतो. आपणच म्हणतो 'वा! काय सुंदर!'

गणित किंवा खरंतर कोणताही प्रश्न, सोडवण्याआधीही असंच करायचं. त्या प्रश्नाकडे एखाद्या पेंटिंगसारखं पाहायचं, पण लांबून. कुठलाही प्रश्न सोडवायचा असेल, तर तो आधी समजून घ्यायला हवा आणि ऐकायला जरा विचित्र वाटेल, पण त्याकरता पहिल्यांदा त्या प्रश्नापासून लांब जायला हवं. फार जवळ गेलं, की गुदमरायला होतं. टीव्हीवरच्या सनसनाटी आणि भडक ब्रेकिंग न्यूज पाहत असताना बऱ्याच वेळा नक्की काय चाललंय ते कळत नाही. असं वाटतं, की हीच जगातली सर्वांत मोठी आणि महत्त्वाची बातमी आहे, पण तीच बातमी दुसऱ्या दिवशी दर्जेदार वर्तमानपत्रात हेडलाईन म्हणून न येता तिच्या संदर्भ आणि दृष्टीकोनासह योग्य पानावर आणि योग्य तितकं महत्त्व देऊन येते तेव्हाच खरी कळते. म्हणजेच त्या बातमीपासून काळाच्या दृष्टीनं लांब गेल्यावर ती खरी कळते. शालेय गणितात प्रत्येक प्रश्नाचा

एक संदर्भ आणि दृष्टीकोन असतो. तो दृश्य किंवा प्रत्यक्ष नसेल, तर तो शिक्षकानं स्थानिक परिस्थितीनुसार तयार करावा लागतो. मग विद्यार्थी प्रश्नाशी जोडला जातो. तो सोडवण्यात त्याला अर्थ वाटतो. यातच शिक्षकाचं निम्मं काम होतं. अशा ठिकाणी शिक्षकाची क्रिएटिव्हिटी कामी येते. म्हणून शिकवणं कधीही शिळं, कंटाळवाणं किंवा 'पुनःप्रक्षेपण' नसतं. असो!

तर अशाच विचारानं एकदा आम्ही वर्गात एक प्रयोग केला. सातवीच्या वर्गात दहावीच्या बोर्डाच्या परीक्षेच्या पेपरमधला एक प्रश्न फळ्यावर लिहिला. तो दहावीतला प्रश्न आहे हे सांगितलं नाही. पहिल्यांदाच सांगितलं, की आपल्याला हा प्रश्न अजिबात सोडवायचा नाही. तुम्ही वही-पेन्सिल पिशवीत टाका आणि नुसती गंमत पहा. मग मुलांना मनानं त्या प्रश्नापासून लांब नेण्याच्या हेतूनं हळूहळू तो प्रश्न काय आहे हे दाखवायला लागलो. म्हणजे प्रश्नाचा संदर्भ आणि दृष्टीकोन त्यांचा त्यांनाच कळावा यासाठी मी वर्गातल्या मुलींना प्रश्न विचारायला उद्युक्त करत होतो. (याकरता माइंड मॅपिंग या संकल्पनेचा फार उपयोग होतो असा माझा अनुभव आहे.) मग मुलींच्याच मदतीनं तो प्रश्न नीट आपल्या रोजच्या भाषेमध्ये जितका संक्षिप्तपणे लिहिला जाईल, तितका लिहिला. बोलता बोलता एकेक शब्दाचं गणिताच्या भाषेत म्हणजेच सिम्बॉल्समध्ये रूपांतर करत गेलो. मग काही शब्दांची 'आवराआवर' करण्यासाठी गणिती नियमांप्रमाणे सिम्प्लिफिकेशन कृती केली व शेवटी फळाची साल, कोय वगैरे काढून त्याचा गर काढावा, त्याप्रमाणे उत्तर हातात केव्हा आलं ते समोर बसलेल्या मुलींना कळलंदेखील नाही. अगदी एखाद्या जादूच्या प्रयोगासारखं! तुम्हाला खरं वाटणार नाही, पण मुलींनी आनंदानं आणि उत्साहानं चक्क टाळ्या वाजवल्या. हे सर्व झाल्यावर मी हा जादूचा प्रयोग कसा केला हे गणिताच्या भाषेत समजावून सांगितलं. म्हणजेच शेवटी त्यांना गणिताचं व्याकरण सांगितलं. एकदा जादू कशी करायची ते कळल्यावर जसा आपल्याला आनंद होतो, तसं मुलींना झालं. गणित एकदम सोपं वाटायला लागलं.

गणित सोडवण्यात एक बेसिक ट्रिक अशी आहे, की जेव्हा आपल्यासमोर एखादा कठीण दिसणारा किंवा कठीण वाटणारा प्रश्न येतो, तेव्हा प्रथम त्या प्रश्नासारखा एक नवीन सोपा प्रश्न तयार करून घ्यायचा. त्याचं उत्तर काढायचं आणि मग तशी पद्धत वापरून दिलेल्या कठीण प्रश्नाकडे जायचं. नुकतीच अमेरिकेत गणिताच्या शिक्षकांकरता कोरोनामुळे एक व्हर्च्युअल समिट झाली. अनेक नावाजलेल्या गणित शिक्षकांनी त्यात भाग घेतला होता. त्यात ऑस्ट्रेलियाचे शिक्षक जेम्स टँटन यांनी ह्या ट्रिकचं प्रात्यक्षिक दिलं. ते म्हणतात, की आपण सर्वांनी प्रथम हे लक्षात घ्यायला हवं, की गणित ही एक नैसर्गिक मानवी ऊर्मी आणि कृती आहे. त्यामुळे गणिताकडे केवळ हे

बौद्धिक काम आहे असा संकुचित दृष्टीकोन ठेवू नका. कोणत्याही गणिताच्या प्रश्नाकडे पाहताना भावनिक संवेदना जरूर हवी. एखादा प्रश्न अवघड वाटला, तर आपल्यांला त्यात कमीपणा वाटता कामा नये. आता 'हे कसं काय काढायचं?' अशी साधी सरळ मानवी चिंतायुक्त प्रतिक्रिया येणार हे स्वाभाविक आहे. त्यात काही चूक नाही.

तर, त्यांनी एक प्रश्न चर्चेसाठी घेतला. 'समजा, तुम्ही मंगळ या ग्रहावर आहात. तिथं तुम्ही कागदावर एक वर्तुळ काढलं. आता सांगा, त्या वर्तुळाच्या मध्याभोवती किती डिग्रीज असतील?' आता हा प्रश्न कुणालाही प्रथमदर्शनी अवघड वाटेल. मग काय करायचं? तर पहिली पायरी म्हणजे एक सोपा प्रश्न तयार करून घ्यायचा. मंगळाच्या ऐवजी पृथ्वी समजायची! आता एक वर्तुळ काढलं, तर त्यात किती डिग्रीज असतात? आपण लगेच म्हणू, की ३६० डिग्रीज. हो, बरोबर. पण हे ३६० डिग्रीज कुठून काढलं? आणि ३६०च का? थोडं इतिहासात जायला हवं आणि इतिहास म्हणजे गोष्टी. तर याचा संबंध आहे पृथ्वीला सूर्याभोवती एक प्रदक्षिणा करायला किती दिवस लागतात याच्याशी. अर्थात, आपल्या पृथ्वीवरच्या एका वर्षात किती दिवस असतात? खूप प्राचीन काळी त्याचं उत्तर ३६५.२४ दिवस असं काढलं होतं. मग प्रश्न असा ३६५.२४ चे राउंडअप करून ३६५ किंवा ३७० का नाही घेतलं, ३६० का? तर हजारो वर्षांपूर्वींच्या बॅबिलोनियन लोकांनी गुणाकार, भागाकार, फ्रॅक्शन करण्याच्या सोयीकरता ३६० दिवस धरले. कारण या संख्येला २, ३, ४, ५, ६, ८, ९, १०, १२ अशा अनेक संख्यांनी भाग जात होता आणि मुख्य म्हणजे ६०नं भाग जात होता. याचं कारण त्यांच्या संख्या ६० या बेसवर आधारित होत्या. (६० सेकंदांचं एक मिनिट, ६० मिनिटांचा एक तास जे आपण अजूनही तसेच वापरतो.) म्हणजेच पृथ्वी रोज १ डिग्रीनं सूर्याभोवती वर्तुळाकार फिरते.

आता मूळ प्रश्नाकडे जाऊ या. मंगळावरच्या वर्तुळात किती अंश असतील? तर मंगळाचा एक दिवस असतो २४ तास २७ मिनिटं आणि मंगळाला सूर्याभोवती एक प्रदक्षिणा करायला ६६७ दिवस लागतात. तर मंगळावरच्या माणसानं आपल्यासारखा विचार केला तर तोही ६६७च्या जवळचा, पण गणिती आकडेमोड आणि सामान्य व्यावहारिक सोयीचाच आकडा वापरेल, नाही का? आता तुम्हीच ठरवा उत्तर!

३६० डिग्री वापरून आपण शेकडो गणितं शाळेत आणि पुढे कॉलेजात केली असतील, पण ३६० कुठून आले असा प्रश्न विचारायला कुणाला वेळच नाही! साधी उत्सुकता, हा व्हायरस मुलांच्या मनात सोडणं इतकंच शिक्षकाचं काम. पुढचं काम तो व्हायरस करेल. 'ग्रॅव्हिटी आहे, तर मग चंद्र पृथ्वीवर का पडत नाही?', 'पूर्वींच्या गणिती लोकांनी पृथ्वीचा डायमीटर (व्यास) कसा काढला होता?' असं कुतूहल मुलांमध्ये फारच कमी वेळा आढळतं. शाळा, गृहपाठ, क्लास, स्पर्धा, परीक्षा या

ओझ्याखाली दबलेली बिचारी मुलं कुठून कुतूहल निर्माण करणार? कवी संदीप खरेंनी 'आयुष्यावर बोलू काही' या कार्यक्रमात 'दमलेल्या बाबांची कहाणी' कवितेतून मांडली आहे, पण त्यांनी 'दमलेल्या विद्यार्थ्यां'वर कविता केली आहे की नाही माहीत नाही. जर मुलांना उत्सुकता नसेल किंवा ती जागृत केली नाही, तर शिक्षकांना काय सांगायचंय याच्यात मुलांना रसच निर्माण होणार नाही. मग ते जे ऐकतात, ते फक्त परीक्षेकरता आठवणीत टाकतात. ते त्यांच्या हृदयापर्यंत पोहोचतच नाही. दहा वर्षांपूर्वी पाहिलेल्या सिनेमातल्या व्यक्तिरेखा, त्यातले प्रसंग, काही संवाद आपल्याला जसेच्या तसे पाठ न करता आणि कोणतीही परीक्षा न देताही आठवतात! पण शाळेमध्ये असताना घोकून घोकून पाठ केलेले किती फॉर्म्युले आपल्याला दहा वर्षांनंतर आठवतात?

या संदर्भात मला जर्मन भाषेतील एक म्हण आठवते. त्याचा भावार्थ आहे 'Touch before you Teach'. अर्थात, शिकवण्याआधी शिकणाऱ्याच्या हृदयात प्रवेश करा. त्याच्या डोक्यापर्यंत पोहोचणं सोपं होईल. समर्थ रामदास स्वामींनी संपूर्ण पारमार्थिक ज्ञान (अगदी वेदांतातले सिद्धांतसुद्धा) आणि प्रापंचिक ज्ञान केवळ २०५ मनाच्या श्लोकांत शिकवताना बुद्धीच्याआधी मनाला आवाहन केलं आहे. तेसुद्धा अत्यंत नाठाळ मनाला 'मना सज्जना' संबोधून. 'गीते'मध्येही श्रीकृष्ण-अर्जुन संवादांत श्रीकृष्णांनी वेळोवेळी अर्जुनाला कधी मैत्रीच्या भावनेनं 'पार्थ', तर कधी वात्सल्याच्या आपुलकीनं 'कौन्तेय', वेळप्रसंगी उत्साहवर्धक 'महाबाहो', तर कुठं आपल्या वंशाच्या प्रतिष्ठेची आठवण करून देण्याकरता 'पांडव' अशी अनेक प्रेमळ संबोधनं वापरून आपल्या शिष्याच्या मनाला साद घालून 'ये हृदयीचे ते हृदयी' ज्ञान संक्रमण केलं आहे. कारण ज्ञान हे हृदयातच राहत असतं. यालाच 'लर्निंग बाय हार्ट' म्हणतात. पण एखादी गोष्ट न समजता केवळ घोकून पाठ करणं म्हणजे 'लर्निंग बाय हार्ट' असं चुकीनं आपण समजतो, पण ते असतं केवळ लर्निंग(?) बाय मेमरी. त्याची एक्सपायरी डेट म्हणजे परीक्षा झाल्यानंतरचा दुसरा दिवस!

आपल्याला प्रवास करताना निसर्ग पण अनुभवायचा असेल, तर हाय-वेनं न जाता छोट्या वळणावळणांच्या रस्त्यानं गेलो तर वेळ जास्त लागेल, पण ती कसर वाटेनं लागलेल्या नदी किंवा जंगलाच्या शोभेनं भरून निघेल आणि दमल्याची भावना होणार नाही. गणित शिकण्याच्या प्रवासाचंही काहीसं तसंच आहे. एखाद्या प्रश्नाचं उत्तर फॉर्म्युला वापरून काढणं म्हणजे हाय-वेनं प्रवास करण्यासारखं आहे. उदाहरणार्थ, शाळेत आणि शालेय गणिताच्या पुस्तकात 'सिंपल इंटरेस्ट' हा टॉपिक असतो. शिकवताना इंटरेस्टची रक्कम अल्जेब्राच्याच (बीजगणित) पद्धतीनं फॉर्म्युला वापरून ($I = P*n*r$) काढायला शिकवतात. फॉर्म्युल्यात आकडे भरा आणि उत्तर काढा. पण त्या अनुषंगानं इंटरेस्ट म्हणजे काय, इंटरेस्टचा रेट कसा ठरवतात, तो कमी असणं

चांगलं का जास्त असणं चांगलं अशी चर्चाही जाताजाता होऊ शकते. 'नो इंटरेस्ट' किंवा 'झिरो पर्सेंट इंटरेस्ट' कर्ज अशा जाहिरातींच्या मागचं सत्य काय हेही त्यांना सांगता येईल. वर्गात कुणा मुलांचे पालक बँकिंग किंवा इन्व्हेस्टमेंट क्षेत्रात काम करत असतील तर त्यांनाही एका तासाला वर्गात बोलावून यासंबंधी प्रत्यक्ष माहिती मुलांना करून देता येईल. मुलांना हा टॉपिक जवळचा वाटेल. पुढच्या आयुष्यात उपयोगी पडेल. मी शाळेत मुलांना हा टॉपिक ग्राफ काढूनही शिकवतो आणि त्यांना आश्चर्याचा सुखद धक्का बसतो. (त्यांचा युरेका क्षण येतो.) इंटरेस्टचा रेट आणि ग्राफचा स्लोप याचं रिलेशन बघून त्यांना गणित बोअरिंग न होता खूप मजा वाटते. इंटरेस्ट रेट वाढला किंवा कमी झाला की रेषेचा स्लोप वाढतो किंवा कमी होतो ही महत्त्वाची संकल्पना त्यांना समजते. इंटरेस्टचा रेट आणि स्पीडनं डिस्टन्स कापताना लागलेला वेळ हा प्रवासाचा स्पीड म्हणजेच 'रेट' असतो. त्यामुळे एकच ग्राफ सरळ रेषेत असेल, तर तो कोणताही रेट दाखवू शकतो हे मुलांना कळतं. उदाहरणार्थ, बाजारात वस्तू विकत घेताना आपण 'भाव' विचारतो म्हणजेच किमतीच्या दृष्टीनं 'रेट' विचारतो. त्रैराशिक संबंध हा ग्राफनं दाखवल्यास विद्यार्थ्यांच्या दृष्टीला दोन गोष्टींमधला तो संबंध दिसू शकतो. पुढे वरच्या इयत्तेत फंक्शन शिकताना हेच असतं. इंटरेस्ट रेट बदलल्यावर ग्राफचा स्लोप बदलतो, त्याचप्रमाणे डिपॉझिटची रक्कम कमी-जास्त झाली, की तोच ग्राफ वर-खाली सरकतो हेही मुलांना दाखवता येतं. पुढे नववीत $y = mx + b$ शिकण्याची त्यांची तयारीही आधीच जाता जाता होते.

मग मी आधी काढलेल्या सिंपल इंटरेस्टच्या ग्राफशेजारीच कंपाउंड इंटरेस्टचाही ग्राफ मुलांना काढायला सांगतो आणि लिनिअर आणि नॉन-लिनिअर ग्राफचंही आकलन मुलांना होतं. इतकं शिकण्याची संधी आपण वाया घालवतो आणि पाठ केलेले फॉर्म्युले पुढच्या वर्षी विसरून जातो. मग वर्षभर इतका वेळ आणि पैसा खर्च करून विद्यार्थ्यांच्या पदरात काय पडतं? एरवी इन्व्हेस्टमेंट आणि रिटर्न्स यांचा सारखा विचार करणारे पालक या इन्व्हेस्टमेंट आणि रिटर्न्सचा हिशेब करतात का अशी मला शंका आहे.

कंपाउंड इंटरेस्टबाबत पुस्तकात फक्त फॉर्म्युला दिलेला असतो आणि त्यावर एकाच प्रकारची 'गणितं' दिलेली असतात. फॉर्म्युलात किमती भरा आणि उत्तर काढा. झालं? चला, आता पुढचा चॅप्टर. पण तो फॉर्म्युला मुळात कसा आला हे मुलांना समजायला नको का? केवळ यांत्रिक, नीरस पध्दतीनं जाण्याऐवजी हा दृष्टीकोन कसा वाटतो बघा... इंटरेस्टच्या प्रत्येक वर्षाच्या शेवटी प्रिन्सिपल किती, सिम्पल इंटरेस्ट किती आणि अमाऊंट किती हे विद्यार्थ्यांकडूनच मी काढून घेतो. मग त्याचं एक कोष्टक करायला सांगतो. त्यानंतर मग महत्त्वाचं म्हणजे त्यातून किती वर्ष झाली आणि अमाऊंट

किती झाली याचा पॅटर्न किंवा संबंध शोधायला सांगतो. कितीही वेळ घ्या. बघा. विचार करा. बघता बघता चक्क कंपाउंड इंटरेस्टचा फॉर्म्युला तयार होतो. पॅटर्नचा अभ्यास म्हणजे खरं गणित आणि ते मुलं शिकतात. कुठल्याही पुस्तकात न बघता त्यांनी स्वतःहून एक फॉर्म्युला शोधून तयार केला. फॉर्म्युला कुणीही, अगदी पोपटही (न समजताही) पाठ करेल, पण स्वतः तो तयार करण्याचा किंवा शोधून काढण्याचा आनंद हा नुसते मार्क्स मिळवण्यापेक्षा कितीतरी जास्त असतो. अशाच एका प्रसंगानंतर तासाची घंटा झाली, पण मुलं उठायला तयार नाहीत. मी विचारलं, 'अजून कंटिन्यू करायचं का? किती वेळ बसायचं?' तुमचा विश्वास बसणार नाही, पण मुलं म्हणाली, 'सर, शाळा संपेपर्यंत बसू या.' आता बोला, कोण म्हणतो गणित अवघड असतं आणि मुलांना आवडत नाही!

∞

गणिती विचार कसा असतो?

काही वर्षांपूर्वी दिल्ली सरकारनं प्रदूषण रोखण्यासाठी उपाय म्हणून इव्हन-ऑड नंबर असलेली वाहनं इव्हन-ऑड तारखेलाच वापरावीत असा नियम केला होता. हे कळल्यावर कोणालाही सहज वाटेल, की प्रदूषण कमी करण्याचा किती चांगला उद्देश आणि उपाय आहे. निम्मी वाहनं कमी म्हणजे निम्मं प्रदूषण (५०%) कमी. पण हा झाला नुसता कॉमन सेन्स, वरवरचा विचार. नवी दिल्ली येथील ब्रुकिंग्ज इन्स्टिट्यूटचे फेलो असलेले राहुल तोंगिया हे तंत्रज्ञान, पॉलिसी, ऊर्जा आणि सस्टेनेबल डेव्हलपमेंट या विषयांवर काम करतात. त्यांनी दिल्लीच्या 'इव्हन-ऑड' या योजनेवर एक लेख लिहिला आणि सांगितलं, की हा निर्णय गणिती विचार करून घेतलेला नाही. कारण, जर वाहनांनी होणाऱ्या प्रदूषणाच्या डेटाचा नीट अभ्यास केला, विश्लेषण केलं तर असं दिसतं, की जवळजवळ ८०% प्रदूषण हे २०% वाहनांमुळे होतं. उदाहरणार्थ, डिझेलवर चालणारी, व्यवस्थित देखभाल न केलेली, अतिरिक्त वजन वाहून नेणारी व्यावसायिक वाहनं इत्यादी. त्यामुळे ती २०% वाहनं जर रस्त्यावरून हटवली किंवा ठीक केली, तर प्रदूषण ८०% कमी होईल. पण असा विचार न केल्यामुळे, जिथं सुरी वापरून काम झालं असतं, तिथं तलवार वापरली. आपल्या सर्वांना माहीतच आहे, की शेवटी ती योजना सरकारला मागे घ्यावी लागली. मुलं जेव्हा वर्गात विचारतात, की 'गणित का शिकायचं?' तर सांगता आलं पाहिजे, की या अशा गोष्टींकरता. ज्या कुणा अधिकाऱ्यांचा या कल्पनेमध्ये सहभाग असेल, त्यांचा उद्देश चांगलाच होता. ते नक्कीच वरिष्ठ, शिकलेले अधिकारी असणार. सगळ्यांनी शाळा-कॉलेजमध्ये असताना गणित शिकलेलं असणार. पण शाळेत गणिती विचारपद्धती कुठं शिकवतात?

या संबंधात ब्रिटिश लेखक, तत्त्वज्ञ, इतिहासकार व गणितज्ञ बट्रँड रसेल म्हणतात, *'What is best in mathematics deserves not merely to be learnt as a task, but to be assimilated as a part of daily thought, and brought again and again before the mind with ever-renewed encouragement..'*

म्हणजेच, गणितामध्ये जे सर्वोत्कृष्ट आहे ते केवळ एक कृती म्हणून शिकायचं नाही, तर ते आपल्या रोजच्या व्यवहारात एकजीव व्हायला पाहिजे आणि विचारप्रक्रियेत पुन:पुन्हा आलं पाहिजे आणि त्या गोष्टी आपल्या विचारपध्दतीचा घटक झाल्या पाहिजेत.

'भगवद्गीता' पहा. पहिल्या-दुसऱ्या अध्यायातील अर्जुनाचे प्रश्न होते - मी नातेवाइकांची हत्या कशी करू? ज्यांनी मला धनुर्विद्या शिकवली, त्याच गुरू द्रोणाचार्यांवर बाण कसे सोडू? भीष्म पितामहांसारख्या आदरणीय व्यक्तींविरुद्ध कसं युद्ध करू? अर्जुनाचे हे विचार कितीही बरोबर वाटत असले आणि 'हे युद्ध मी करणार नाही' हे त्याचं उत्तर आपल्याला कितीही सयुक्तिक वाटत असलं, तरी असंच वरवरचं होतं. कारण अर्जुनानं प्रश्न चुकीचा वाचला होता. समोर कौरव 'शत्रू' म्हणून असताना त्याला ते 'आपले' नातेवाईकच दिसले म्हणून तर मूळ प्रश्न काय आणि तो कसा सोडवायचा याकरता 'गीता' सांगितली गेली आणि म्हणूनच गणिताच्या सिद्धांतासारखी पाच हजार वर्षं झाली तरी ती अबाधित आहे. असो!

आता लेखाच्या सुरुवातीला म्हटल्याप्रमाणे, दिल्लीतल्या त्या इव्हन-ऑड योजनेत, जर गणिती पद्धतीनं विचार केला असता, तर जी गृहीतं धरली होती ती आधी तपासली असती. त्यात गृहीत काय धरलं होतं? की सगळी वाहनं सारखीच असतात. सगळी वाहनं एकाच प्रमाणात प्रदूषण करतात. सगळी वाहनं एकसारखाच वेळ रस्त्यावर असतात इत्यादी. पण गणितात किंवा विज्ञानात कोणताही प्रश्न सोडवताना त्याचं उत्तर कोणत्या परिस्थितीत लागू होतं ते आधी सांगितलेलं असतं (boundary conditions). त्यामुळे जेव्हा एखादा प्रश्न (खरंतर प्रसंग) उभा राहतो, त्यावेळी गृहीत काय धरलं आहे ते आधी तपासायला लागतं. म्हणून 'कॉमन सेन्स'च्या पुढे जाऊन विचार करायचा असेल, तर तो गणिती पद्धतीनंच करावा लागतो आणि ही पद्धत मुलांनी शाळेतच आत्मसात करण्यावर शिक्षणपद्धतीचा भर हवा. याउलट 'पाठांतर करून, न समजताही गणितात चांगल्या मार्कांनी पास होता येतं, तर मग विचार कशाला करा?' असा 'विचार' मुलं करताना दिसतात असं म्हणावं लागेल!

मुलांकडे मुळातच विचार करण्याची शक्ती नसते असं म्हणावं, तर तसंही नाही. कारण एखादी भाषा शिकायची, तर मोठ्या मॉडर्न कॉम्प्युटरलाही जी गोष्ट अतिशय

अवघड वाटते, तीच क्षमता माणसाच्या लहान मुलांमध्ये असते. चेहरा ओळखणं, आवाजावरून व्यक्ती ओळखणं याकरता इतकं प्रचंड गणित करावं लागतं, की त्याला प्रचंड शक्ती असलेलं कॉम्प्युटर नावाचं यंत्र लागतं. इतकं शक्तिशाली हार्डवेअर प्रत्येक मुलाकडे निसर्गानं जन्मतःच दिलेलं असतं. शिवाय प्रत्येक बालकात स्पेस आणि टाइम या संकल्पना उपजत असतात. अशाच संकल्पना वापरलेल्या गणिताची भाषा शिकणं आपण शाळेत कसं काय अवघड करून ठेवलंय? त्याचं एक प्रमुख कारण मला वाटतं हे असावं, की शाळेतल्या गणिताच्या वर्गात जर एखाद्या विद्यार्थ्यांनं विचारलं की 'गणित म्हणजे काय?' किंवा 'आपण गणित का शिकायचं? तर 'पुढे त्याचा उपयोग आहे' असं सांगून वेळ मारून नेली जाते. पण ग्यानबाची मेख अशी आहे, की मुलांना गणिती विचारपद्धती शिकवायची असते, गणित नव्हे! मग कोणताही विषय त्यांना सहज समजायला लागतो. शाळेतून बाहेर पडल्यानंतर शेकडा ९९ लोकांना कधीही क्वाड्रॅटिक इक्वेशनचा संबंधही येत नाही, तरी पण आपण ते शाळेत का शिकवतो? तर एखादा प्रश्न कसा मांडायचा आणि मग तो कसा सोडवायचा, ही गणिती विचार पद्धती त्या विद्यार्थ्यांनी शाळा सोडताना आपल्याबरोबर घेऊन जावी हा त्यामागचा उद्देश असतो. केवळ तो फॉर्म्युला शिकवणं हा नव्हे! भाषा शिकवण्याचा उद्देश मुलांनी पुढे कवी किंवा लेखक व्हावं हा नसतो, तर आपले विचार किंवा भावना शब्दांत कशा मांडायच्या ते कळावं हा असतो. म्हणूनच थोर शास्त्रज्ञ आणि विचारवंत आईन्स्टाईन म्हणतात,

'*Education is what remains after one has forgotten what one has learned in school.*' म्हणजे आपण शाळेत शिकलेलं सगळं जरी विसरलो, तरी आपल्याजवळ जे राहतं ते शिक्षण!

मी स्वतः इंजिनीअर आहे. तीस वर्षं कॉम्प्युटर क्षेत्रात देश-विदेशात काम केलं आहे. कामावरचा प्रत्येक दिवस नवीन प्रश्न घेऊन येत असतो, तो परीक्षेसारखाच असतो. पण शाळेतल्या परीक्षेसारखा नसतो. सगळे संदर्भ, फॉर्म्युला वगैरे खुलेपणानं पाहता येतात आणि वेळप्रसंगी सहकाऱ्यांची मदतही घेता येते. कुणीही फॉर्म्युला पाठ करून कामावर येत नाही. कुठला फॉर्म्युला किंवा इक्वेशन लागेल आणि ते कुठं मिळेल इतकंच माहीत असावं लागतं. ऑस्ट्रेलियात तर बोर्डाच्या बारावीच्या गणिताच्या पेपरबरोबर सगळे फॉर्म्युले पुरवले जातात. कारण फॉर्म्युला लक्षात असणं म्हणजे गणिताचं ज्ञान नव्हे!

मी भारतातल्या शाळा-कॉलेजच्या बऱ्याच विद्यार्थ्यांना गणिती विचार शिकवला आहे. मध्यंतरीच्या काळात जवळजवळ २० वर्षं ऑस्ट्रेलियात सॉफ्टवेअर इंजिनीअर म्हणून काम करत असताना तिथल्याही शालेय मुलां-मुलींना माझी आवड म्हणून, बारावीच्या वर्गापर्यंत गणित शिकवलं होतं. मुलांच्या गणितातल्या अडचणीच्या जागा

जगात इथून तिथं सारख्याच असतात. कारण मानवी मन तर तेच असतं ना? वर्गात गेल्यावर मी पहिल्यांदाच मुलांना विचारतो, की समजा तुम्हाला एखादं गणित दिलं आणि ते सोडवायला सांगितलं, तर तुम्हाला काय काय साहित्य लागेल? मुलं उत्तर देतात पेपर, पेन्सिल, खोडरबर किंवा कॅल्क्युलेटर इत्यादी. मी म्हणतो, की 'यातलं काही लागत नाही!' मुलांना आश्चर्यच वाटतं. असं त्यांनी पूर्वी कधीच ऐकलेलं नसतं. मग मी लगेच सांगतो, की 'फक्त आपलं मन लागतं, कारण गणित मनात सोडवायचं असतं.' मनाच्या डोळ्यांसमोर त्या गणिताचं चित्र उभं करायचं. आपण कुठं आहोत (दिलेल्या गोष्टी किंवा डेटा), तिथून कुठं कुठं आणि किती जाता येईल त्याचा अंदाज घ्यायचा. त्यातलीच एक दिशा आपल्याला विचारलेल्या प्रश्नाच्या उत्तराकडे घेऊन जाणारी असते. मग तिकडे जाण्याकरता लागणाऱ्या त्याच्या पायऱ्या मनात आणायच्या. आपणच आपल्याशी बोलायचं, 'असं केलं तर काय होईल? तसं केलं तर काय होईल? हे करता येईल का? आपल्याला जे प्रत्यक्ष दिलंय त्यात काही अप्रत्यक्ष दिसतंय का?' असं करता करता एका क्षणी सोल्युशन दिसतं! आता बंद डोळ्यांपुढे जे 'बघितलं' तेच आता उघड्या डोळ्यांनी कागद, पेन्सिल घेऊन गणिताच्या भाषेत उतरवून फक्त आकडेमोड करायची. उत्तर तयार!

गणित 'सोडवणं' याचा अर्थच ते आधी 'बांधलेलं' आहे. हे उघडच आहे. आपलं काम फक्त ते कसं बांधलं गेलं आहे ते नीट बघायचं. काय बांधलं आहे? तर त्या गणिताचं उत्तर! तुम्ही म्हणाल, 'अहो, हे काय भलतंच सांगताय? गणिताबरोबर त्याचं उत्तर दिलेलं आहे?' समजा, आपल्यासाठी एखादी भेटवस्तू खोक्यामध्ये छान बांधून आणि सजवून आणलेली आहे. तेव्हा आतली भेटवस्तू दिसते का? तरीही ते पॅकेज आपण स्वीकारतो ना? का? कारण आपल्याला माहीत असतं, की आत गिफ्ट आहे म्हणून. गणिताचंही तसंच आहे. आपण वेष्टण, कागद वगैरे आधी बाजूला काढतो. मग बॉक्स उघडतो. ती वस्तू कागदात बांधलेली असेल, तर तो कागद बाजूला काढतो आणि आपल्याला आतली भेटवस्तू दिसते आणि आश्चर्य आणि आनंद वाटतो. अशीच पद्धत गणित सोडवण्यात किंवा उघडण्यात असते. याला गणिताचं सोल्युशन म्हणतात. नंतर फॉर्म्युला वगैरे वापरून आणि आकडेमोड करून येतं ते उत्तर. 'गणित सोडवणं' आणि 'उत्तर काढणं' यातला फरक समजला, की मुलं सोल्युशनवर लक्ष केंद्रित करतात आणि त्याकरता फक्त मन आणि कल्पनाशक्ती लागते. एकदा ते स्पष्ट झालं, की त्यानंतर पेपर, पेन्सिल, फॉर्म्युला, पाढे, कॅल्क्युलेटर वगैरे गोष्टी लागतात. पण दुर्दैवानं पाठ्यपुस्तकातली बरीचशी 'गणितं' ही फक्त उत्तरकेंद्रित असतात. म्हणून आपल्या शाळेतून 'इंजिनिअर' वृत्तीचे 'प्रॉब्लेम सॉल्व्हर' विद्यार्थी तयार न होता 'मेकॅनिक' वृत्तीचे विद्यार्थी तयार होतात. विद्यार्थ्यांच्या क्षमतेचा पूर्ण विकास व्हायला

संधी मिळत नाही असं मला वाटतं.

एकदा मी एमबीएच्या वर्गात डेटा माइनिंग हा विषय शिकवत होतो. त्यात स्टॅटिस्टिक्स वापरलं जातं. त्यातली क्लस्टरिंग ही संकल्पना शिकवताना माझ्या मनात एक कल्पना चमकून गेली, की ह्यातला काही मूलभूत भाग शाळेतल्या मुलांना सांगता येईल का? त्यादृष्टीनं मी शाळेतल्या मुलांना रस वाटेल आणि समजेल असं दोन तासांचं मटेरिअल तयार केलं. इंग्लंडमध्ये, लंडन येथील 'रॉयल इन्स्टिटट्यूशन', जिथं एकेकाळी मायकल फॅरेडे, हम्फ्रे डेव्ही यांनी काम केलं होतं ती ऐतिहासिक संस्था, शाळेतल्या साधारण सातवी ते नववीच्या वर्गांमधल्या मुला-मुलींकरता मॅथेमॅटिक्स मास्टर क्लास नावाचा एक उपक्रम चालवते. शनिवारी, म्हणजे सुटीच्या दिवशी सकाळी दोन तास वेगवेगळ्या शाळांतील चाळीसएक विद्यार्थी एकत्र येतात. तिथं शाळेबाहेरच्या वेगवेगळ्या क्षेत्रांतले अनुभवी लोक येऊन ते त्यांच्या क्षेत्रात गणित कसं वापरतात ते मुलांना समजावून देऊन मुलांची गणिताबद्दलची समज आणि आवड वाढण्यासाठी काही प्रश्न सोडवून दाखवतात. नंतर मुलांना सोडवायला काही प्रश्न देतात. हे मला माहीत होतं, त्यामुळे मी इंग्लंडमध्ये गेलो असताना तिथल्या मास्टर क्लास प्रोजेक्ट मॅनेजर बाईंना भेटून माझं प्रपोजल दाखवलं. त्यांना ते आवडलं आणि मला 'डेटा माइनिंग'वर एक मास्टरक्लास घेण्यास सांगितला. तो आवडल्यामुळे दुसऱ्या ग्रुपकरता अजून एक क्लास घेण्याची संधी दिली. यात सांगण्याचा मुद्दा इतकाच, की शाळेतली मुलंही आनंदानं कॉलेज लेव्हलचं काही गणित समजू शकतात इतकंच नव्हे, तर आनंदही घेऊ शकतात. त्यांचा स्वतःबद्दलचा आत्मविश्वास किती वाढत असेल! हाच तर शिक्षणाचा उद्देश असतो ना?

आता थोडं विषयांतर...

आपल्याला बऱ्याच वेळा एक वाक्य ऐकू येतं, की एखाद्याचं 'आयुष्याचं गणित चुकलं.' एका बाजूला आपण असंही म्हणतो, की आपण शाळेत जे गणित शिकलो त्याचा आपल्या जीवनाशी काही संबंध नाही. मग काय अर्थ असतो या वाक्याचा? तर गणितात वेगवेगळ्या वस्तूंचे एकमेकांशी असलेले परस्परसंबंध (फंक्शन) आणि त्यांचा एकमेकांवर होणारा परिणाम, स्थिर किंवा गतिमान वस्तूंचे पॅटर्न, एखादा सिद्धांत सांगताना त्यात गृहीत काय धरलंय या आणि अशा गोष्टी येतात. आता आपल्या आयुष्याच्या बाबतीत सर्वसामान्यपणे आपण परिपूर्ण आणि शाश्वत आनंद कसा मिळेल आणि 'उत्तरा'करता आपण हे गृहीत धरतो की मला हवा असलेला आनंद हा या वस्तू, व्यक्ती किंवा परिस्थिती यांवर अवलंबून आहे. म्हणून त्या वस्तू, व्यक्ती किंवा परिस्थिती आपल्या मनाप्रमाणे व्हाव्यात म्हणून आयुष्यभर प्रयत्न करत असतो.

पण या सर्व बाह्य गोष्टी आहेत आणि यातली एकही गोष्ट आपल्या हातात नाही. हे अनुभवाला येत असूनही आपण आपलं गृहीत बदलायला तयार नसतो. मग गणित चुकणारच की हो! पण तुकाराम महाराज, समर्थ रामदास आणि अशा अनेक संतांनी असंख्य लोकांचे जीवन पाहून मानवी जीवनाचा 'पॅटर्न' पाहिला - 'सुख पाहता जवापाडे, दु:ख पर्वताएवढे' किंवा 'जगी सर्व सुखी असा कोण आहे?' मग त्यांनी गृहीत तपासलं. (हे सगळं गणित आहे बरं का!) आनंद जर आपल्या आत होतो, तर मग तो बाह्य परिस्थितीवर अवलंबून आहे हे गृहीत त्यांनी तपासायचं ठरवलं. त्यांनी स्वतःवर प्रयोग केले आणि ते गृहीत अमान्य केलं. त्यांना आत्यंतिक आणि शाश्वत सुखाचा फॉर्म्युला सापडला आणि एकमुखानं सर्व संत म्हणाले, 'आनंदाचे डोही आनंद तरंग' किंवा 'आनंदाच्या कोटी साठविल्या आम्हा पोटी.' असो! जरा विषयांतर झालं. पण गणिताकडून आनंदाकडे सहज गेलो नाही का?

∞

सोपं गणित (शाळेत) अवघड कसं झालं?

शाळेत जाऊन कमी-जास्त गणित शिकलेली किंवा शाळेत न गेल्यामुळे अजिबात न शिकलेली किंवा गणित म्हणजे काय हेही न माहीत असलेली अशी अनेक माणसं आहेत. शाळेत जाऊन गणिताच्या तासाला शिकलेली एकही गोष्ट आठवत नाही अशीही बहुसंख्य माणसं आहेत. पण एक इक्वेशन मात्र कुणीही न शिकवता ते स्वतःच शिकले आणि ते त्यांच्या कायम स्मरणात असतं. ते इक्वेशन म्हणजे 'गणित = अवघड.'

काय आहे या मागचं रहस्य? तीन शक्यता मला दिसतात. पहिली शक्यता म्हणजे गणित स्वभावतःच अवघड आहे. दुसरी शक्यता म्हणजे गणित शिकवायला अवघड आहे आणि तिसरी शक्यता म्हणजे गणित शिकायला अवघड आहे.

गणित मुळातच अवघड आहे असं म्हणावं, तर 'अशिक्षित' माणूसही रोजच्या जीवनात पदोपदी गणित वापरत असतो. शिवाय दोन-अडीच हजार वर्षांपासून माणूस व्यवहारात गणित वापरत आलेला आहे. वस्तुतः गणिताचा उगमच रोजचं व्यवहारातलं जगणं सोपं व्हावं म्हणून झाला. उदाहरणार्थ, देवाणघेवाणीचे व्यवहार, व्यापारातले हिशेब ठेवणं, शेत-जमिनीचं मोजमाप करणं इत्यादी सोपं आणि सोयीचं व्हावं म्हणून माणसानं गणित शोधून काढलं. अगदी खूप प्राचीन इतिहासकाळापासून शेतकऱ्यांना शेतात पेरणीकरिता ऋतूंचं चक्र माहीत असणं हेही आवश्यक होतं. आकाशातले सूर्य, चंद्र, तारे आणि ग्रह पाहून त्यांनी हे निसर्गाचं ऋतुचक्र समजून घेतलं. गणित निसर्गातूनच येतं असं त्यांना निसर्गाच्या निरीक्षणातून उमजलं. आजकालसुद्धा, आपल्या दृष्टीनं अडाणी शेतकरी किंवा ट्रक ड्रायव्हर हेसुद्धा त्यांच्या व्यवसायात नकळत अनेक गणितं करत असतात. (पहिल्या लेखात आपण ते बघितलं आहेच.) तेव्हा गणित स्वभावतःच

अवघड असतं असं वाटत नाही.

तर आपण आता उरलेल्या दोन शक्यता तपासून पाहू. गंमत म्हणजे 'आधी अंडं का आधी कोंबडी?' या प्रश्नासारखं गणित 'शिकवायला अवघड आहे म्हणून शिकायला अवघड आहे का शिकायला अवघड आहे म्हणून शिकवायला अवघड आहे?' यासारखा चक्राकार प्रश्न उपस्थित होतो. याचं सरळ कारण असं, की गणित म्हणजे नक्की काय आहे, ते का शिकायला पाहिजे आणि मुख्य म्हणजे त्यात काय शिकायचं हेच शिकवणाऱ्यांनी आणि शिकणाऱ्यांनी आधी नीट माहिती करून घेतलेलं दिसत नाही.

गणित शिकवण्याबद्दल बोलायचं तर गणित ही एक भाषा आहे. सतराव्या शतकात गॅलिलिओनं गणित ही निसर्गाची भाषा आहे हे सांगितलं होतं. त्यानंतर आजपर्यंतचे अनेक गणितज्ञ, भाषातज्ज्ञ आणि मानसतज्ज्ञही हेच सांगत आलेले आहेत. पण गणित शिकवताना हे विचारात न घेतल्यामुळे जे सहज आणि सोपं आहे असं गणित आपणच अवघड करून ठेवलं आहे. जगणं सोपं करण्याचं हे साधन वापरणं आपणच अवघड करून ठेवलंय. अक्षरांपासून सुरुवात करून शब्द, मग व्याकरण आणि नंतर वाक्यरचना अशा पद्धतीनं भाषा शिकवणं हे अशास्त्रीय आहे. ऐकण्या-बोलण्यातून आपण मातृभाषा शिकतो. म्हणून ते सहज आणि सोपं होतं. माझा एक मित्र नोकरीनिमित्त अहमदाबादमध्ये स्थायिक झालाय. तो आता तिथल्या माणसांसारखा गुजराथी बोलतो. माझा एक भाऊ विजापूरमध्ये नोकरीनिमित्त गेला तो तिथल्या लोकांसारखा कानडी बोलतो. आपण 'गणित' गावात स्थायिक झालो, तर गणित का नाही बोलू शकणार? शाळेतलं गणित बहुसंख्य मुलांना अवघड का जातं, त्याची भीती का वाटते याचं हे एक प्रमुख कारण आहे. भाषा शिकताना लहान मुलांना भीती वाटते असं कधी ऐकलंय?

यावर एक उपाय 'युनिव्हर्सिटी ऑफ सिडनी'च्या मॅथेमॅटिक्स अँड स्टॅटिस्टिक्स डिपार्टमेंटमधील प्रा. डेव्हिड ईसडाऊन यांच्या एका लेखात *Teaching Mathematics : The Gulf Between Semantics (Meaning) and Syntax (Form)*' सापडतो. प्रोफेसर ईसडाऊन यांच्या त्या निबंधात त्यांनी गणित विषय शिकवण्यासंदर्भात शिक्षकांकडून विद्यार्थ्यांकडे होणारं ज्ञानसंक्रमण कसं होतं त्याविषयी काही प्राथमिक पण फार उपयोगी गोष्टी सांगितल्या आहेत. कोणत्याही क्षमतेच्या किंवा कोणतीही पार्श्वभूमी असलेल्या विद्यार्थ्यांच्या वर्गात या गोष्टी सहज अमलात आणण्यासारख्या आणि उपयोगी आहेत.

ते प्रथमच सांगतात, की विद्यार्थ्यांना गणित का समजत नाही याची बहुतेक जण जी कारणं देतात ती म्हणजे, शिक्षक विषयात फार भराभर पुढे जात असतात किंवा ते बऱ्याच गोष्टी गृहीत धरतात किंवा वेगवेगळ्या शिक्षकांच्या वेगवेगळ्या शिकवण्याच्या

पद्धतीमुळे मुलांचा गोंधळ उडतो वगैरे. पण नीट विचार केला तर असं दिसेल, की ही कारणं फार बाळबोध आहेत. कारण संथ गतीनं शिकवून किंवा खूप मागे जाऊनही फारसा उपयोग होतो असं नाही. शिवाय सिलॅबस 'कव्हर' करण्याच्या आणि परीक्षा घेण्याच्या प्रेशरमुळे ते शक्यही होत नाही. मूळ कारण शोधायचं असेल, तर जरा खोलात जायला हवं.

ज्ञान म्हणजे नक्की काय आणि ते भाषेमधून कसं व्यक्त होतं हे समजणं गरजेचं आहे. ते कसं आहे हे सांगताना ते म्हणतात, 'एका बाजूला, शिकवणाऱ्याच्या मनात एखाद्या कल्पनेचं अर्थाच्या अंगानं (semantics) एक चित्र असतं जे, तो शिकणाऱ्याच्या मनात उतरवू पाहत असतो. पण शिकवणाऱ्याच्या मनाचं आणि शिकणाऱ्याच्या मनाचं थेट कनेक्शन नसतं. मग त्यासाठी भाषेचा उपयोग केला जातो. ही भाषा अनेक प्रकारची असू शकते. नेहमीची भाषा (मराठी, हिंदी, इंग्रजी इत्यादी.), गणिताची भाषा, चित्रांची भाषा इत्यादी. दुसऱ्या बाजूला शिकणारा विद्यार्थी 'कोरा' असतो. त्याच्या मनात त्या कल्पनेचं काहीच चित्र नसतं किंवा असलंच तर इतरांचं पाहून किंवा ऐकून एखादं चुकीचं चित्र मनात असू शकतं किंवा काही पूर्वग्रहही असू शकतात. (उदाहरणार्थ, गणित अवघड असतं, हुशार मुलांनाच जमतं, मुलींना नाही वगैरे) त्यामुळे शिकवणाऱ्याचे शब्द जेव्हा अशा शिकणाऱ्याच्या कानावर पडतात, तेव्हा तो भाषेतल्या कर्ता-कर्म-क्रियापद या व्याकरणाच्या अंगानं (syntax) ते शब्द ग्रहण करतो.'

आता एखादी गोष्ट समजणं किंवा तिचं ज्ञान होणं हे कसं होतं ते समजवण्याकरता प्रा. ईसडाऊन एक उपमा वापरतात. 'समजणं हे समुद्रासारखं आहे. त्याच्या पृष्ठभागावर भाषेतले शब्द आणि व्याकरण आहे (syntax). खूप खोल तळाशी त्याचा अर्थ किंवा कल्पनाचित्र (semantics) आहे. त्यावरूनच व्यवहारातही बोलताना आपण एखाद्या व्यक्तीचं ज्ञान उथळ आहे (केवळ शब्दज्ञान किंवा शब्दपांडित्य) असं म्हणतो, परंतु अभ्यासू व्यक्तीचं ज्ञान सखोल आहे असं म्हणतो. तेव्हा शिक्षकांचं काम हे विद्यार्थ्याला पृष्ठभागावरून (शब्दांशापासून) हळूहळू पाण्यात खोल नेऊन तळाशी असलेल्या लक्षांशापर्यंत नेऊन तिथं त्याला आरामात स्थिर करणं हे असतं.

दुसरा मुद्दा जो त्यांनी मांडला आहे तो म्हणजे 'The Principle of Reflected Blindness' म्हणजे 'आपल्याच प्रतिबिंबानं येणारं अंधत्व.' समजा, मी एका खोलीत आहे. रात्रीच्या वेळी खोलीत दिव्याचा स्वच्छ प्रकाश आहे. अशावेळी मी काचेच्या खिडकीतून बाहेर पाहण्याचा प्रयत्न केला, तर त्या काचेतून बाहेरचं काहीएक दिसत नाही. त्याबाबतीत जणू काही मला अंधत्व येतं. इतकंच नाही, तर उलट त्या काचेत मला माझंच प्रतिबिंब आणि खोलीतल्या इतर वस्तू दिसतात. हा अनुभव आपण अनेक वेळा घेतलेला आहेच. आता मला जर बाहेरचं पाहायचं असेल, तर मी माझ्या खोलीतला

दिवा बंद केला पाहिजे. शिक्षकाला, विशेषतः गणिताच्या शिक्षकाला, स्वतःचा त्या विषयाच्या ज्ञानाचा दिवा बंद करायला पाहिजे. तर त्याला समोरची मुलं कुठं आहेत ते दिसेल. प्रा. ईसडाऊन पुढे म्हणतात, की नुसता आपल्याच खोलीतिला दिवा बंद करून भागणार नाही, तर आपल्या स्वतःला ज्या पार्श्वभूमीवरून एखादी कल्पना समजलेली असते ती किंवा तशी पार्श्वभूमी अगोदर ऐकणाऱ्याच्या मनात तयार करणं आवश्यक आहे. त्याकरता खर्च केलेला वेळ पुढचा खूप वेळ वाचवू शकतो. आता हे कसं करायचं ते प्रत्येक शिक्षकाच्या कल्पनाशक्ती, इच्छाशक्ती, विषयाचं सखोल ज्ञान आणि अनुभवावर अवलंबून आहे. मग 'मी काय म्हणतो ते समजतंय ना तुम्हाला?' असं सारखं सारखं विचारावं लागत नाही. समोरच्याला कळलं आहे की नाही हे त्याचा चेहरा पाहूनच शिक्षकाला समजतं. प्रत्यक्ष ऑफलाइन समोरासमोर शिकवण्याचा हा मोठा फायदा आहे. समोरचे विद्यार्थी 'कुठून' आले आहेत ते शिक्षकाला 'दिसलं' पाहिजेत, नाही तर पुढील अनवस्था प्रसंग ओढवू शकतो...

शिकवणारी व्यक्ती : 'तो बघ, झाडावर बसलेला पक्षी!'

शिकणारी व्यक्ती : 'नाहीये. कुठं आहे?'

शिकवणारी व्यक्ती : 'तो काय, झाडावर बसलाय! अरे, आंधळा आहेस का?'

शिकणारी व्यक्ती : 'तुम्ही आंधळे आहात का? मी आंधळा आहे हे तुम्हाला दिसत नाही का?'

समोरचा विद्यार्थी माझ्यासारखाच डोळ्यांनी (बुद्धीच्या किंवा विचारांच्या) पाहू शकतो हे मी गृहीत धरल्यामुळे हे घडलं. गणितातल्या नवीन कल्पना शिक्षकाला स्वतःला अगदी सहजसोप्या वाटतात आणि ते तसंच समोरच्या विद्यार्थ्यांच्या बाबतीत गृहीत धरल्यामुळे 'इतकं साधं कसं कळत नाही' असा वैताग शिकवणाऱ्याला येऊ शकतो. मग 'इतकं पाठ करा म्हणजे परीक्षेत पास व्हाल' असं सांगून तो टॉपिक संपवला जातो.

खरंतर बहुतेक गणिती संकल्पनांच्या मागे मनोरंजक गोष्टी आहेत, काहींना इतिहास आहे, तर काहींच्या मागे थोर विचारवंत/गणिती व्यक्तिमत्त्वं आहेत. वर्गात चालू असलेल्या विषयाशी त्यांचा संबंध दाखवणं हे शिक्षणाचं काम आहे. त्यात खूप मजा आहे. पण मला असा अनुभव येतो की काही नवीन, पुस्तकाबाहेरचं सांगायला गेलो की मुलांचा पहिला प्रश्न येतो, 'सर, हे परीक्षेत येणार आहे का?' आपला सगळा समाज परीक्षा आणि स्पर्धा या कल्पनेशी इतका बांधला गेलाय, की नुसत्या आनंदाकरता काही करता येतं किंवा करायला पाहिजे हे पचनी पडतच नाही. चित्रकला, संगीत शिकवणाऱ्या क्लासेसच्या जाहिराती पाहिल्यात का? त्यात 'आनंदाकरता कला शिका' असं क्वचित असतं. त्याऐवजी अमुक अमुक 'परीक्षेला बसवण्याची सोय' हा मुख्य सेलिंग पॉइंट

असतो. योग, जो मनःशांती करता करायचा त्यातही स्ट्रेस येईल अशी योगासनांची स्पर्धा! अशानं शिक्षण आनंददायी होणं कठीणच!

∞

गणिताचा तास, गोष्टीचा तास

गणित हा बऱ्याच मुलांचा नावडता विषय असतो. साहजिकच तो त्यांना अवघड वाटतो किंवा असंही म्हणता येईल, की गणित बहुतेकांना अवघड वाटतं आणि म्हणून त्यांना ते आवडत नाही. काहीही असो, परंतु परिणाम एकच - दहा वर्षांत बहुतेक जण फारच थोडं गणित शिकतात आणि नंतर तेही सोडून देतात. मग हा प्रश्न सोडवायचा कसा? प्रश्न अवघड वाटतो. पण उत्तर त्या प्रश्नातच दडलेलं आहे. ते कसं? तर कुठूनही सुरुवात केली तर काय दिसतं? जर गणित सोपं वाटलं, तर आवड निर्माण होईल किंवा आवडलं तर सोपं वाटेल! मला वाटतं, की प्रथम मुलांना काय आवडतं याचा विचार करावा. मग दिसतं, की त्यांना गोष्टी ऐकायला आवडतात. त्यातही साहसी कथा किंवा रहस्य कथा सगळ्यांनाच विशेष आवडतात.

काही गोष्टींतून फक्त मनोरंजन होतं आणि त्या आपण काही काळानंतर विसरूनही जातो. काही गोष्टी मनोरंजन तर करतातच, पण जाता जाता एखादी चांगली शिकवणही देतात आणि आयुष्यभराकरता उपयोगी पडेल असे संस्कारही करतात. रामायण, महाभारत, पंचतंत्र, इसापनीती, बिरबल-बादशाहाच्या गोष्टी, शिवाजी महाराजांच्या इतिहासातील गोष्टी... यातून पिढ्यान् पिढ्या किती जणांचं शिक्षण झालंय आणि अजूनही होत आहे. शिवाय, तेही कुठल्या शाळेविना आणि सिलॅबस किंवा परीक्षा न देता आणि मुख्य म्हणजे कंटाळा न येता. हे असं गणित शिकण्याच्या बाबतीतही होऊ शकतं, पण आजची गणिताची बहुतांशी पाठ्यपुस्तकं साचेबंद असतात. कारण ती सिलॅबसवर डोळा ठेवून लिहिलेली असतात आणि त्यांची मांडणीदेखील आकर्षक नसते.

सध्याच्या आपल्या गणित शिकवण्याच्या पद्धतीतून 'शिकलेले' बहुतेक विद्यार्थी दहा वर्षांनंतर जेव्हा शाळेतून बाहेर पडतात, तेव्हा त्यांना फारच थोडं 'खरं' गणित कळलेलं, आकलन झालेलं किंवा आत्मसात झालेलं असतं. इतकंच नाही तर त्यातले बहुसंख्य विद्यार्थी गणिताची नावड आणि भीती बाळगून असतात. यावर उपाय म्हणून अनेक देशांतल्या गणितज्ञांनी, शिक्षण शास्त्रज्ञांनी विचार केल्यावर त्यांचं असं मत झालं, की सध्याच्या गणिताच्या बहुतेक पाठ्यपुस्तकात गणिताच्या इतिहासाला म्हणजेच गोष्टींना द्यायला पाहिजे तेवढं महत्त्व दिलं जात नाही. कारण अभ्यासक्रमातच नाही. काही शिक्षणतज्ज्ञांना असं वाटतं, की गणित हे मुळातच मानवी उत्क्रांतीचा आणि इतिहासाचा भाग आहे आणि म्हणून गणित शिकताना त्यात इतिहास सहजरीत्या आलाच पाहिजे. तानाजी मालुसरे आणि कोंडाणा किल्ला 'सिंहगड' कसा झाला ही गोष्ट माहीत नसेल, तर सिंहगड म्हणजे फक्त एक डोंगर. सिंहगडाची 'माहिती' म्हणजे त्याची समुद्रसपाटीपासून उंची किती, अक्षांश-रेखांश काय आणि तो गड कोणत्या तालुक्यात येतो इत्यादी तपशील एवढाच होईल. सुदैवानं मनोरंजक आणि बोधप्रद अशा गोष्टींचा एक खजिनाच गणिताच्या दोन-अडीच हजार वर्षांच्या इतिहासात आहे. नाही म्हणायला पायथागोरस, आर्किमिडीज किंवा पास्कल यांची जुजबी आणि नीरस माहिती आणि एखादं छायाचित्र पाठ्यपुस्तकात अपवाद म्हणून पाहायला मिळतं. पण ते कुणी गंभीरपणे घेत असेल याविषयी मला शंका आहे. कारण परीक्षेत त्यावर प्रश्न नसतात!

शाळेमध्ये शिकवल्या जाणाऱ्या बहुतेक गणिती किंवा वैज्ञानिक संकल्पनांच्या मागे इतिहास आहे. म्हणजे ती गोष्ट कुठं आली, का आली, कशी आली, कुणी आणली, त्यामागे काय विचारसरणी होती, त्यानं गणित/विज्ञान कसं विकसित झालं, त्यामध्ये काय अडचणी आल्या, त्यावर त्यांनी कशी मात केली आणि त्यानं मानवी जीवन कसं सोपं आणि सुखकर झालं, म्हणून आपण त्यांचे कसे ऋणी आहोत हे सर्व जर समजून घेतलं; तर तो विषय का अभ्यासायचा आहे हे मुलांना कळून येईल.

ह्या दृष्टीनं आयसीएमआयनं (ICMI-International Commission on Mathematical Instruction) १९९० मध्ये यावर अनेक देशांतल्या तज्ज्ञांच्या साहाय्यानं अभ्यास केला. (इटली, ग्रीस, जर्मनी, फ्रान्स, इंग्लंड, नेदरलँड्स, डेन्मार्क आणि इतर) त्यात गणिताचा इतिहास आणि अध्यापनशास्त्र (pedagogy) यांच्यामधील संबंधांचा अभ्यास होता. तो खूप मोठा ग्रंथ आहे; पण त्याचा मुख्य निष्कर्ष आहे, की गणिताचा इतिहास हा शिक्षकांना साधन म्हणून फायदेशीर आहे. इतकंच नाही, तर गणिताकडे मानवी संस्कृतीचा एक भाग म्हणून पाहिलं, तर गणिताकडे पाहण्याचा संकुचित दृष्टीकोन बदलून त्याच्याकडे विद्यार्थी आकर्षित होऊ

शकतील. तसंच गणित हा जीवनापासून आणि इतर विषयांपासून वेगळा नसून, तो सर्व विषयांशी जोडलेला आहे हे ही त्यांना समजून येईल. याशिवाय शिक्षकांसाठी विशेष उपयोगाची बाब म्हणजे माणूस अगदी अप्रगत अवस्थेपासून आजच्या प्रगत अवस्थेपर्यंत विचारानं कसा आला हे सांगून त्या मार्गानं मुलांची आकलनशक्ती आणि विचारशक्ती वाढवण्याकरिता गणिताच्या इतिहासाचा उपयोग करता येईल. इतिहास हा सर्व प्रकारच्या पार्श्वभूमी आणि क्षमता असलेल्या सगळ्या विद्यार्थ्यांना एकच असतो आणि शिकायला सुरुवात करण्याआधी सर्व विद्यार्थ्यांची पाटी आदिमानवाप्रमाणे कोरीच असते.

तेव्हा गणितातील एखादा टॉपिक शिकवायला सुरुवात करण्याआधी त्यामागची गोष्ट सांगून किंवा सध्याचा एखादा व्यावहारिक प्रश्न (उदाहरणार्थ, वर्तमानपत्रातली बातमी) घेऊन सुरुवात करायची. ही गणितातली विशिष्ट कल्पना कुठून आली, का आली, कशी आली, कुणी आणली, तेव्हाच का आली, तिथंच का आली, असं सर्वांगीण ऐतिहासिक वातावरण निर्माण केलं; तर त्या टॉपिकविषयी मुलांमध्ये कुतूहल निर्माण होईल. त्याऐवजी, 'हे क्वाड्रॅटिक इक्वेशन आणि त्याचं उत्तर काढण्याचा हा फॉर्म्युला. करा आता गणितं...' अशा पद्धतीनं मुलांना कसं कळणार की हे इक्वेशन मी का सोडवायचं, त्याचा मला काय उपयोग? या विद्यार्थ्यांच्या शंकेचं समाधान आपण कसं करणार?

अनेक गणित शिक्षकांनी गणिताचा असा इतिहास अभ्यासात समाविष्ट केलेला आहे. नील एबल या एकोणिसाव्या शतकातल्या श्रेष्ठ नॉर्वेजियन गणितज्ञांच्या मते, 'तुम्हाला जर गणित शिकायचं असेल, तर त्यातल्या सर्वोत्तम व्यक्तीचा अभ्यास करा.' आजच्या काळाबद्दल बोलायचं तर... क्रिकेट शिकायचं असेल तर तेंडुलकर, टेनिस शिकायचं असेल तर फेडरर, गाणं शिकायचं असेल तर भीमसेन किंवा लतादीदी यांना अभ्यासा! त्याच काळातील इटलीमधील प्रा. युजिनिओ बेल्ट्रामी म्हणतात, 'तीच तीच रटाळ गणितं सोडवत बसण्याऐवजी मुलांनी लहान वयातच थोर गणिती व्यक्तींचं चरित्र (कार्य) अभ्यासावं.' आपल्याला माहीत आहेच, की जिजामातेनं अगदी लहान वयातच बाल शिवाजीला शूर अर्जुन आणि भीमाच्या पराक्रमाच्या गोष्टी सांगितल्या होत्या. त्याचा परिणाम काय झाला हे इतिहासच सांगतो ना! अमेरिकेतील फ्लोरियन कजोरी यांनी प्राथमिक शाळेतल्या गणिताचा इतिहास लिहिला आहे. त्यात त्यांनी गणित कसं शिकवावं हेही सांगितलं आहे. ते म्हणतात, 'सुरुवातीपासून मानवाची जशी बौद्धिक आणि मानसिक प्रगती झाली, त्याच रितीनं लहान मुलांना शिकवावं. म्हणजेच प्रत्येक मुलाची बौद्धिक वाढ ही मानवी ज्ञानाच्या वाढीशी समांतर असावी.'

सध्या गणित कुठल्या दृष्टीकोनातून किंवा भूमिकेवरून शिकवलं जातं हे जर पाहिलं,

तर दोन वेगवेगळ्या आणि काहीशा परस्परविरोधी पद्धती आढळून येतात. एक आहे 'युक्लिड' (Euclid) पद्धती आणि दुसरी आहे 'देकार्त' (Descartes) पद्धती. युक्लिडच्या जगप्रसिद्ध आणि ऐतिहासिक 'एलेमेंट्स' या ग्रंथाची पद्धतं होती - प्रथम व्याख्या करणं (definition), मग स्वतःसिद्ध गृहीतं धरणं (axiom), मग प्रमेय मांडणं (theorem) नंतर ते सिद्ध करणं (proof), मग त्यावरून पुढे जाणारं नवीन प्रमेय (theorem), त्याची सिद्धता (proof) असा पद्धतशीर प्रवास. अर्थात, हा साचा शिक्षणपद्धतीत विद्यार्थ्यांकरिता वापरताना त्यात सोपेपणा आणला गेला. आजही या पद्धतीचे पुरस्कर्ते पाहायला मिळतात.

शिकवण्याची आणि म्हणून पर्यायानं शिकण्याची दुसरी पद्धती 'देकार्त'ची ज्यामध्ये युक्लिडसारखा सरळ साचा नाही. उलट देकार्त म्हणतो, 'गणित म्हणजे, प्रश्न सोडवत असताना जे एकप्रकारचं साहस अनुभवायला येतं त्याचं आकर्षक वर्णन.' देकार्त हा प्रथम एक उच्च दर्जाचा क्रिएटिव्ह गणिती, त्यानंतर एक वैज्ञानिक विचारवंत आणि नंतर स्वतंत्र तत्त्ववेत्ता होता. गणिताच्या शिक्षणामध्ये अशी समग्र पद्धत आणणं गरजेचं आहे. म्हणूनच तो जिओमेट्रीत अल्जेब्रा (Analytical Geometry) आणू शकला, जे आपण सध्या गणितात वापरतो. एक्स- ऑक्सिस, वाय- ऑक्सिस ही भूमितीची पद्धत (कार्टेशियन कोऑर्डिनेट्स हा शब्दही देकार्त या त्याच्या नावावरून आहे.) आजही शाळेत शिकवली जाते. देकार्तचं जे प्रसिद्ध पुस्तक आहे 'डिस्कोर्स ऑन द मेथड' (फ्रेंच भाषेतील १६३७ मध्ये प्रकाशित), त्यामध्ये जिओमेट्रीवरचा लेख त्यानं ऑक्टिव्हिटी स्वरूपात लिहिला आहे. एखादा प्रश्न अनेक प्रकारानं कसा सोडवायचा हे वाचकाला दाखवून मग त्याच्याशी संबंधित अनेक प्रश्न उपस्थित करून वाचकांना अशा टिप्स दिल्या आहेत, की त्यांना स्वतःहून सोडवण्याची संधी मिळेल.

युक्लिड पद्धतीत तर्कावर आधारित साचा आहे, तर देकार्तच्या पद्धतीत नैसर्गिक पद्धतीनं गणिती विचार निबंधातून मांडलेला आहे आणि त्याच्या आधारावर आपण आपलं गणिती विश्व उभं करू शकतो. आता प्रत्येक शिक्षकानं कुठली पद्धत वापरायची ते समोर बसलेल्या विद्यार्थ्यांची ग्रहणपद्धती कशी आहे यावर अवलंबून आहे. अनेक शिक्षकांचा अनुभव असा आहे, की देकार्तची पद्धत बहुतांशी पसंत आहे. एखादा शिक्षक युक्लिडची तर्कपद्धती आणि देकार्तची क्रिएटिव्हिटी यांचा सुंदर मिलाफ करून जिओमेट्रीच्या अनेक सिद्धांतांचे प्रूफ्स स्वतः विद्यार्थ्याला कसे काढता येऊ शकतील असाही प्रयोग वर्गात करू शकेल.

युनिव्हर्सिटी ऑफ कॅलिफोर्निया (बर्कली) येथील प्रा. फ्रँकेल यांच्या मते, गणित तीन पद्धतीनं शिकवलं जाऊ शकतं. पहिल्या पद्धतीत गणित फॉर्मल पद्धतीनं शिकवलं जातं. म्हणजे जसं इंग्रजी भाषा स्पेलिंग आणि व्याकरणाच्या अंगानं शिकवणं. या पद्धतीमध्ये

गणितातल्या प्रोसिजर्स बरोबर वापरणं यावर लक्ष केंद्रित केलं जातं. उदाहरणार्थ, आपल्या पाठ्यपुस्तकात 'ह्यांचा लसावि काढा', 'खालील भागाकार करा', 'अवयव पाडा', 'संक्षिप्त रूप द्या' अशा प्रकारचे 'आदेश' दिले जातात. साहजिकच ही पद्धत कंटाळवाणी आणि गणिताबद्दल गैरसमज आणि नावड उत्पन्न करणारी असते.

गणित शिकवण्याच्या दुसऱ्या पद्धतीनं अर्थपूर्ण गणित शिकवता येतं. म्हणजे काहीशी वर्तनमानपत्रातल्या बातम्यांसारखी ज्यात रंजक गोष्टी असतात. (अर्थातच त्या वर्तमानपत्रातल्यासारख्या तिखट-मीठ लावलेल्या किंवा आपल्या मनाप्रमाणं फिरवलेल्या नसतात, तर सत्यकथा असतात.) ताजं उदाहरण द्यायचं झालं, तर कोरोनासंबंधीच्या बातम्या, आकडेवारी, त्यांचं वेगवेगळ्या प्रकारांनी केलेलं विश्लेषण, त्यांचे ग्राफ्स, त्यावरून भविष्याकरता उपयोगी पडतील असे निष्कर्ष. ह्या सर्वांमध्ये इतकं गणित शिकवण्याची आणि समजण्याची संधी होती की आपल्याला कल्पनाच नाही.

गणित शिकवण्याचा तिसरा प्रकार हा सगळ्यात उत्तम गणित शिकवतो. यात गणित हे साहित्यासारखं म्हणजेच वाङ्मयासारखं असतं. सांगितली जाणारी गोष्ट आपल्या डोळ्यांसमोर जिवंत होऊन उभी राहते. इतकंच नाही, तर त्यात आपल्यालाही बौद्धिक आणि मानसिक अंगानं सामील करून घेते. चांगल्या लेखकांच्या कथा किंवा कादंबऱ्या वाचताना असा अनुभव आपण सगळ्यांनी घेतलेला आहे, पण असा अनुभव आपल्याला गणित शिकताना कधी का येत नाही? तो येऊ शकेल. कारण गणितातल्या कोणत्याही संकल्पना काही आकाशातून अचानक, तुकड्यातुकड्यांतून पडलेल्या नाहीत किंवा सहज बसल्या बसल्या उगीचच कुणाच्या मनात आलेल्या नाहीत. गणिताला अडीच-तीन हजार वर्षांपिक्षा जास्त इतिहास आहे. त्यात अनेक बुद्धिमान आणि कल्पक व्यक्तिमत्त्वांचा सहभाग आहे. शेकडो वर्ष न सुटलेली कोडी आहेत, अनेक रंजक प्रसंग आहेत. मागच्या पिढीकडून पुढच्या पिढीकडे अनेक गणिती संकल्पना विकसित होत गेलेल्या आहेत. आपल्या शिक्षणपद्धतीत आर्किमिडीज कसा विचार करत होता, गॅलिलिओला ग्रह-ताऱ्यांचं भ्रमणविश्व कसं दिसलं? न्यूटनला कॅल्क्युलस कसा सुचला, आईन्स्टाईनला $e = mc^2$ ची प्रेरणा कुठून मिळाली अशांसारख्या सत्यकथा आपल्या पाठ्यपुस्तकात सहज येऊ शकतात. पण त्याकरता गणिताकडे पाहण्याचा सध्याचा अत्यंत संकुचित दृष्टीकोन व्यापक होणं आवश्यक आहे. समग्र पद्धतीनं गणिताकडे पाहणं जरुरीचं आहे. आपण गणित हा जीवनापासून अलग केलेला एक तुकडा म्हणून, केवळ एक विषय म्हणून पाहतो. साहित्य, कला याप्रमाणं तो मानवी संस्कृतीचा एक अविभाज्य भाग आहे असं अनेक तज्ज्ञांनी आणि इतिहासकारांनी सांगितलेलं आहे. आपण मानवाची आतापर्यंतची सर्व अंगानं झालेली

प्रगती नीट अभ्यासली आणि त्यातून गणित वजा केलं, तर आपण पुन्हा अश्मयुगात पोहोचू. आपण माहीत नसलेल्या आणि कधी जाण्याची शक्यता नसलेल्या अनेक देशांचा भूगोल खोलात जाऊन शिकवतो, राजकीय इतिहासातल्या लढायांचे तपशील मुलांना पाठ करायला लावतो. पण पायथागोरस, गॅलिलिओ, आर्किमिडीज किंवा न्यूटननं नक्की काय केलं आणि मुख्य म्हणजे का आणि कसं केलं, याविषयी गणिताच्या जागरूक शिक्षकांना माहिती असली तरी सिलॅबसमध्ये नाही आणि परीक्षेला तर नाहीच नाही म्हणून शिकवता येत नाही.

तर आता इतिहासातल्या गोष्टींचं एक उदाहरण बघू.

क्वाड्रॅटिक इक्वेशन. शाळेत ते इक्वेशन आणि ते सोडवण्याचं सूत्र सांगितलं जातं, पण तो फॉर्म्युला कुठून आला? केव्हा आला? हा प्रश्न किती जुना आहे माहीत आहे? चार हजार वर्षं! त्यावेळी हे असं गणित सोडवायची गरजच का पडली? इतिहास बघितला तर कळतं, की सध्या जो फॉर्म्युला शाळेत शिकवला जातो तो त्या रूपात यायला शेकडो वर्षं जावी लागली. ख्रि.पू. दोन हजार वर्षं : इजिप्शियन किंवा बॅबिलोनियन इंजिनीअर्सना एखाद्या स्क्वेअरची बाजू वाढवून त्या स्क्वेअरचा एरिया दुप्पट किंवा तिप्पट अशा पटींनी कसा वाढवायचा ते माहीत होतं. म्हणजे स्क्वेअर आकाराच्या माळ्याची बाजू तिप्पट केली, तर पूर्वीपिक्षा ती जागा गवताच्या नऊपट पेंढ्या (bale) ठेवायला पुरत होती. इतकंच नाही तर रेक्टँगल आणि इंग्रजी टी आकाराच्या जागेचं क्षेत्रफळ कसं काढायचं ही युक्तीही त्यांनी शोधून काढली होती. पण त्यांची मुख्य अडचण ही होती, की एरिया किती लागणार आहे हे माहीत असेल तर एखाद्या स्क्वेअर किंवा रेक्टँगल आकृतीच्या बाजूंची लांबी कशी काढायची? म्हणजे एक चौकोनी रूम वाढवून तिचं एक विशिष्ट क्षेत्रफळ हवं आहे, तर त्या चौकोनी रूमच्या नवीन लांबी-रुंदी काय असाव्यात? खूप वर्षं प्रयत्न चाललं होते. पण इतक्या पूर्वी गणित एक शास्त्र नव्हतं. अरिथमॅटिक किंवा इक्वेशन नावाचा प्रकार नव्हता. निरीक्षण आणि अंदाज हीच मुख्य साधनं होती.

मग पुढे त्यांच्या लक्षात आलं, की यातून काही व्यवहारी मार्ग काढला पाहिजे जेणेकरून पटकन उत्तरं मिळतील. त्यांनी काय केलं, तर वेगवेगळ्या आकारांच्या आकृत्या काढल्या. त्यांच्या बाजू आणि त्यांचं क्षेत्रफळ यांचं एक मोठं कोष्टक बनवलं. आपल्या पाढ्यांच्यासारखं. आजही अशा प्रकारची कोष्टकं इन्कम टॅक्स, इंटरेस्टची रक्कम, ईएमआय यांकरता वापरली जातात. (कुठलाही गुणाकार/भागाकार न करता पटकन उत्तर मिळतं.) त्यामुळे एखाद्याला एका आकाराचा माळा (उदाहरणार्थ, रेक्टँगल) हवा असेल ज्याच्यात अमुकअमुक पेंढ्या मावल्या पाहिजेत, तर त्या रेक्टँगलची लांबी-रुंदी त्या कोष्टकांवरून सांगू शकत. मग साहजिकच स्वतः गणित

करायच्याऐवजी इतर जण त्या मूळ कोष्टकाची हस्तलिखित नक्कल तयार करून वापरत. हे असं साधारण एक हजार वर्ष चाललं होतं. पण कॉपीवरून कॉपी करता करता त्यात चुका होऊन ती चुकीची कोष्टकं प्रचारात येऊ लागली. आजही काही संग्रहालयांत ही कोष्टकं पाहायला मिळतात. असो!

साधारण खि. पू. चारशेच्या सुमारास बॅबिलोनियन इंजिनीअर्सना जाणवलं, की या चुकीच्या कोष्टकांऐवजी दुसरी पद्धत शोधायला पाहिजे. इजिप्शियन लोकांपेक्षा बॅबिलोनियन गणित प्रगत होतं. जवळजवळ आजच्यासारखीच संख्यापद्धती त्यांच्याकडे होती, त्यामुळे बेरीज किंवा गुणाकार हे सोपं होतं. त्यामुळे कोष्टकामध्ये जर चूक आहे असं वाटलं, तर गणित करून ते पडताळून पाहता येत होतं. मग त्यांनी 'कम्प्लिटिंग द स्क्वेअर' ही एरियासंबंधीचे प्रश्न सोडवण्याची पद्धत विकसित केली. त्यात मुख्यतः जिओमेट्री आणि थोडासा तर्क यांचं मिश्रण होतं. (क्षमस्व! हे गणिताचं 'पाठ्यपुस्तक' नसल्यामुळे मी इथं ही पद्धत सांगण्याचा मोह आवरला आहे!)

पण क्वाड्रॅटिक इक्वेशन सोडवण्याची 'रीत' आणि 'फॉर्म्युला' शोधून काढण्याचा प्रयत्न खि.पू. ३०० वर्षं. पायथागोरस आणि युक्लिड यांनी जिओमेट्री आणि ट्रिगॉनॉमेट्री वापरून केला. पण पुढची अनेक वर्षं युरोप आणि एशियामध्ये राजकीय अस्थिरता आणि युद्ध, यामुळे बरंचसं गणित आणि विज्ञान ठप्प झाल्यासारखी स्थिती होती.

पण त्यावेळी भारतीय दशमान पद्धती व्यापाराच्या निमित्तानं खूप प्रचलित होती. सर्वसामान्य भारतीय व्यापारी हिशेबात तरबेज होता. शिवाय त्यांच्याकडे नफा हा '+' या अधिक चिन्हानं आणि तोटा '-' या उणे चिन्हानं दाखवण्याची सोय होती आणि कमाल म्हणजे नफाही नसेल आणि तोटाही नसेल तर 'शून्य' हा अंक होता. गणिताच्या इतिहासात 'शून्य' हा फार महत्त्वाचा आणि क्रांतिकारक अंक होता. तो गणितात तुलनेनं खूप उशिरा आला, कारण इतर कोणत्याही प्रगत संस्कृतीत 'काही नाही' ही संकल्पना गणितात मांडता येत नव्हती. परंतु शून्य किंवा समानता (equilibrium) ह्या संकल्पना भारतीय गणितात आधीच स्थिर झाल्या होत्या. साधारण इ. स. सातशेच्या सुमारास भारतीय गणिती ब्रह्मगुप्त यानं क्वाड्रॅटिक इक्वेशन अंक/संख्या वापरून सोडवण्याची पद्धत शोधून काढली. इतकंच नाही तर क्वाड्रॅटिक इक्वेशनला दोन (रूट्स) उत्तरं असतात हेही त्याच्या लक्षात आलं होतं.

नंतर संपूर्ण सोल्युशन जे आज आपण वापरतो, ते इ. स. ११००च्या सुमारास अजून एक भारतीय गणिती, भास्कराचार्य यांनी दिलं. आजही ब्राझील आणि इतर काही देशांत हा 'भास्करा फॉर्म्युला' म्हणूनच ओळखला जातो! भास्कराचार्य हे पहिले गणिती होते ज्यांनी कोणत्याही पॉझिटिव्ह संख्येची दोन स्क्वेअर रूट्स असतात हेही सांगितलं.

पुढे इ. स. ८२०च्या सुमारास बगदादजवळ महंमद-बिन-मुसा अल-ख्वारिझमी

(ह्या नावापासून इंग्रजी अपभ्रंश होऊन अल्गोरिदम म्हणून प्रसिद्ध आहे.) हा जो प्रसिद्ध इस्लामिक गणिती होता ज्याला भारतीय गणित माहीत होतं, त्यानंही क्वाड्रॅटिक इक्वेशन सोडवलं होतं, पण त्यानं निगेटिव्ह उत्तर मान्य केलं नव्हतं. त्याची पद्धत पुढे इ. स. १५४५ मध्ये अब्राहम बरहिय्या या ज्यू गणितीनं युरोपात नेली. नंतर युरोपमध्ये राजकीय परिस्थिती स्थिरस्थावर झाल्यावर प्रसिद्ध गणिती कार्डानो यानं क्वाड्रॅटिक इक्वेशनसंबंधीचं तोपर्यंत झालेलं सगळं काम संकलित केलं आणि अल-ख्वारिझमीची पद्धती आणि युक्लिडची गणिती पद्धती यांची सांगड घातली. त्यामध्ये कॉम्प्लेक्स किंवा इमॅजिनरी नंबर्स उत्तरात समाविष्ट केले. पुढे फ्रान्समध्ये गणिती नोटेशन आणि सिम्बॉल्स वापरात आले. १६३७ साली रेने देकार्तनं आधुनिक गणिताचा पाया घातला आणि क्वाड्रॅटिकचं जे गणित आज आपण शाळेत शिकवतो ते प्रचलित केलं. असो! अशा पुष्कळ गोष्टी आहेत. सांगायचा मुद्दा हा, की आठवड्यातला गणिताचा एखादा तास अशा गप्पागोष्टींना दिला, तर मुलांना गणिताची एक वेगळी ओळख होईल. नाही का?

∞

गणित येणार नाही असा कुणीही नाही!

ही गोष्ट आहे २०१८ मधली आणि ती आहे लेचफर्ड फॅमिलीची. ते वर्ष त्या फॅमिलीकरता महत्त्वाचं होतं ते दोन कारणांसाठी. एक म्हणजे लुआ लेचफर्डचं (Lois Letchford) 'Reversed : A Memoir' हे पुस्तक प्रकाशित झालं. लुआ लेचफर्ड यांनी शिकण्यात आणि विशेषत: वाचनात अडचण येणाऱ्या मुलांवरती ऑस्ट्रेलियात अनेक वर्षं काम केलं आहे. त्या पुस्तकात निकलस या तिच्या मुलाची गोष्ट आहे. त्याचं बालपण ऑस्ट्रेलियात गेलं होतं. प्राथमिक शाळेत असताना, 'निकलसची शिकण्याची पात्रता कमी आहे, शिवाय त्याचा आयक्यू खूप कमी आहे आणि इतका वाईट विद्यार्थी आम्ही पाहिलेला नाही' असं लुआला सांगितलं गेलं. २०१८ हे वर्ष त्या कुटुंबाकरता आणखी एका कारणाकरता महत्त्वाचं होतं. कारण त्या वर्षी निकलसला ऑक्सफर्ड विद्यापीठाची गणित विषयातील डॉक्टरेट पदवी मिळाली. 'विशेष मदतीची' गरज असणाऱ्या लहान मुलापासून ते ऑक्सफर्डसारख्या जगातील श्रेष्ठ विद्यापीठातील डॉक्टरेटपर्यंतचा प्रवास हा स्फूर्तिदायक तर आहेच, पण त्याहीपेक्षा महत्त्वाचं आहे ते हे, की ही गोष्ट अपवाद म्हणून समजणं बरोबर नाही. बरेच लोक अशा केसेस 'सगळ्यांच्या बाबतीत असं काही होत नाही' असं म्हणून सोडून देतात. पण न्यूरोसायन्समधलं संशोधन आणि पुराव्यांनं सिद्ध झालेल्या काही गोष्टी आपण जर समजून घेतल्या, तर अशा केसेस आपल्या शिक्षणपद्धतीमुळे अपवाद म्हणून आपल्या पुढे येतात असं मला वाटतं.

गेल्या काही दशकांच्या न्यूरोसायन्समधल्या संशोधनातून पुढे आलेली पहिली आणि महत्त्वाची गोष्ट म्हणजे आपल्या मेंदूच्या वाढीची आणि बदलाची क्षमता प्रचंड आहे. इतकंच नाही, तर आयुष्यातील वयाच्या कोणत्याही टप्प्यावर ते शक्य आहे.

त्याकरता संशोधकांनी लंडनमधील टॅक्सी ड्रायव्हरवर प्रयोग केले. लंडनचं भूषण आणि ओळख असणाऱ्या ब्लॅक कॅब टॅक्सीच्या चालकांना एका अत्यंत कठीण प्रशिक्षणानंतर तितकीच कठीण परीक्षा द्यावी लागते. सुमारे तीन वर्षांपिक्षा अधिकच्या प्रशिक्षणामध्ये सेंट्रल लंडनच्या सुमारे तीनशे चौरस कि.मी. क्षेत्रात अंदाजे तीस हजार किलोमीटरचा सराव आणि पंचवीस हजार रस्त्यांची पूर्ण ओळख यांचा समावेश असतो. त्यानंतर घेतलेल्या एका कडक परीक्षेत उत्तीर्ण झाल्यावरच लायसेन्स मिळतं. या शिक्षणात खूप spatial traning असतं, ज्यामध्ये दिशा आणि अंतर यासंबंधीचं ज्ञान आणि समज अंतर्भूत असतात. उदाहरणार्थ, शहरातील एका ठिकाणाहून दुसऱ्या ठिकाणी जाण्याचा सर्वांत जवळचा मार्ग ठरवणं. सर्वसाधारणपणे बारा प्रयत्नांनंतर बरेच जण पास होतात.

तर, न्यूरोसायंटिस्ट्सनी या टॅक्सी चालकांच्या मेंदूचा अभ्यास करायचं ठरवलं. त्यांना आढळून आलं, की या स्पेशिअल ट्रेनिंगमुळे मेंदूच्या हिप्पोकॅम्पस भागाची लक्षणीय वाढ झाली होती. त्यांना असंही आढळून आलं, की जेव्हा हे ड्रायव्हर रिटायर झाले आणि त्यांचं स्पेशिअल ज्ञान वापरणं त्यांनी सोडून दिलं तेव्हा हिप्पोकॅम्पसचे आकुंचन होऊन तो पुन्हा पूर्वस्थितीला आला. या अभ्यासाचं अनेक कारणांनी महत्त्व आहे.

पहिली गोष्ट म्हणजे या सर्व व्यक्ती प्रौढ असून वेगवेगळ्या वयांच्या होत्या. दुसरं म्हणजे मेंदूचा हिप्पोकॅम्पस भाग हा सर्व प्रकारच्या गणिती विचार कारण्याकरताही महत्त्वाचा आहे. मेंदूच्या वाढीची शक्यता आणि त्याबरोबर नवीन शिकण्याची क्षमता वाढण्याची शक्यता यांचा सगळ्यात जास्त उपयोग शिक्षणक्षेत्रात व्हायला हवा. 'ही हुशार मुलं' आणि 'ही ढ मुलं' अशी वर्गवारी करण्याची आपली पद्धत कितपत बरोबर आहे याचा विचार व्हायला पाहिजे. 'हे अवघड गणित आहे' अशा प्रकारचे संदेश मुलांना देण्याची खरंच आवश्यकता आहे का? लहानपणापासून 'गणित अवघड असतं' अशा अर्थाची वाक्यं सतत मुलांच्या कानावर पडत असतात. गृहपाठ करताना 'गणित ना? ते बाबांनाच विचार' अशासारख्या सहज उच्चारलेल्या वाक्यानं 'गणित मुलींकरता नाही' हा संदेश त्यांच्यापर्यंत पोचतो. कोण काय शिकू शकेल हे सांगता येत नाही. आपली पूर्वीपासून अशी समजूत आहे, की प्रत्येकाच्या मेंदूची क्षमता ही जन्मजात निसर्गानं ठरावीक मात्रेत दिलेली असते आणि तिच्यात वाढ होत नाही. असाच विचार शिक्षणपद्धतीतही विशेषतः गणिताच्या बाबतीत रुजलेला दिसतो. तरीही सगळ्याच मुलांना एकच अभ्यासक्रम आणि एकच पाठ्यपुस्तक कसं? हे मला आजपर्यंत न सुटलेलं कोडं आहे!

दुसरी गोष्ट जी न्यूरोसायन्समधील संशोधनातून पुढे आलेली आहे ती म्हणजे 'शिकताना अडखळण्याचा होणारा सकारात्मक फायदा.' एखादं मूल जेव्हा एखाद्या

नवीन आव्हानात्मक गोष्टीला, नेहमीच्या भाषेत गणिताला, सामोरं जातं, चुका करत असतं, त्या दुरुस्त करून पुढे जात असतं, आणखी चुका करत असतं आणि तरीही अवघड प्रश्न सोडवायला जात असतं तो काळ त्या मुलाच्या मेंदूच्या वाढीसाठी आणि मेंदूत बदल घडून येण्याच्या दृष्टीनं सगळ्यात जास्त पोषक काळ असतो. पण मुलानं वर्गात किंवा गृहपाठात प्रत्येकवेळी बरोबरच असलं पाहिजे असा आपला अट्टाहास असतो. चूक झाली म्हणजे जणू काही त्यानं गुन्हा केला आहे असं त्या विद्यार्थ्याला वाटावं असं वातावरण तयार होतं. जेव्हा एखादी मुलगी एखाद्या गणितात अडखळते, त्यावेळी शिक्षक/शिक्षिका लगेच 'मदतीला' धावून येतात व त्या मुलीला 'संकटा'तून वाचवतात. शिक्षकांचा उद्देश त्यांच्या दृष्टीनं चांगला असतो, पण अशावेळी त्या मुलीची शिकण्याची संधी वाया जात असते याची जाणीव कदाचित त्यांना नसावी. विद्यार्थ्यांना 'आपली चूक झाली म्हणजे आपण बावळट किंवा मूर्ख आहोत' असं न वाटता आपण झगडतोय म्हणजेच शिकतोय असं वाटेल असं वातावरण जर त्याच्या किंवा तिच्या आजूबाजूला ठेवलं तर तो किंवा ती कोणत्याही दडपणाशिवाय आनंदानं प्रयत्न करेल. पण बिचारे शिक्षक स्वतःच जरुरीपेक्षा खूपच मोठा पाठ्यक्रम संपवणं आणि अनेक परीक्षा घेणे यांच्या दडपणाखाली पिचलेले असतात. आनंदानं आणि मुक्तपणे शिकवावं असं वाटलं, तरी ते त्यांना परवडण्यासारखं नसतं.

न्यूरोसायन्समधील संशोधनातून पुढे आलेली तिसरी गोष्ट जी गणित शिक्षणाबाबत महत्त्वाची आहे ती म्हणजे गणित सोडवत असताना आपला मेंदू पाच निरनिराळ्या विचारमार्गांवर काम करत असतो. त्यातले दोन मार्ग हे चित्ररूपाचे असतात. आपण लहान मुलांना अंक किंवा बेरीज-वजाबाकी वगैरे शिकवताना वस्तूंचा किंवा काहीच नसेल तेव्हा हाताच्या बोटांचा उपयोग करतो. पण गणित शिकवताना बहुतेक जण केवळ 'सिम्बॉल मॅनिप्युलेशन'च वापरतात. बऱ्याच जणांना गणित अवघड वाटण्याचं हे एक कारण आहे असं मला वाटतं. सायमल्टेनियस इक्वेशन किंवा क्वाड्रॅटिक इक्वेशनही चित्रांच्या माध्यमातून शिकवता येतात. पण मला तरी कोणत्याही क्रमिक पुस्तकात या विषयावर आकृती पाहिल्याचं आठवत नाहीये. खरंतर क्वाड्रॅटिक इक्वेशन केवळ चित्रांच्या म्हणजे जिओमेट्रीच्या माध्यमातून इतकं सहज सोडवता येतं. दोन हजार वर्षांपूर्वी हे त्या वेळच्या लोकांनी केलेलं आहे याचे पुरावे आहेत. असो! पण गणित आणि चित्र? गणित आणि गंमत? तोबा, तोबा!

चित्रावरून आठवलं, पायथागोरसचा सिद्धांत. हा खरा जिओमेट्रीचा (चित्ररूप) सिद्धांत. पण मुलांच्या 'दृष्टीनं' ते एक अल्जेब्राचं इक्वेशन! $a^2+b^2= c^2$ एवढंच. म्हणजे काटकोन त्रिकोणाच्या दोन बाजू दिल्या असतील, तर तिसरी बाजू काढण्याचा फॉर्म्युला. कारण शाळेत तेच घोटून घेतलेलं असतं. अशी समजूत असणं याच्याइतकी

पायथागोरसची चेष्टा नसेल. ब्रोनोस्की या शास्त्रज्ञाच्या मते, आतापर्यंत माहीत असलेल्या सर्व सिद्धांतात पायथागोरसचा सिद्धांत हा सर्वांत महत्त्वाचा आहे. गंमत म्हणजे ह्या एकाच सिद्धांताची गेल्या अडीच हजार वर्षांत जगातल्या वेगवेगळ्या देशांत पाचशेच्यावर प्रूफ्स शोधून काढलेली आहेत. भास्कराचार्यांनाही या सिद्धांतानं भुरळ पाडली होती. त्यांनी केवळ एका साध्या आकृतीच्या साहाय्यानं एक प्रूफ तयार केलं. त्या आकृतीला फक्त एका शब्दाचं स्पष्टीकरण दिलं, 'पहा!' पुढे जगप्रसिद्ध चित्रकार लिओनार्दो दा विंची, डच शास्त्रज्ञ ख्रिश्चन ह्युजेन्स, जर्मन तत्त्वज्ञ गॉटफ्रिड लैब्निट्झ यांनीही नवीन प्रूफ्स शोधून काढली. इतकंच नाही, तर अमेरिकन प्रेसिडेंट जेम्स गारफील्ड यांनीही एक प्रूफ शोधून काढलं होतं.

हे वाचून आपल्या मनात सहजच विचार येतो, की 'एक प्रूफ पुरेसं नाही का?' कारण एकदा ते प्रमेय सिद्ध केल्यानंतर दुसऱ्या पद्धतीनं पुन्हा सिद्ध करण्यात काय फायदा? तर या प्रश्नाचं उत्तर आहे की माणसाला, विशेषतः वैज्ञानिकांना, नुसत्या शोधात रस नसतो, तर 'एकं सत्यं विप्रं बहुधा वदन्ति' या न्यायानं तो शोध किती वेगवेगळ्या दृष्टीकोनातून पाहता येतो याचं त्याला कुतूहल असतं. सिनेमातली शेकडो गाणी 'यमन' या एकाच रागावर बेतलेली आहेत, पण प्रत्येक गाणं वेगळं आणि स्वतंत्र! हे कसं काय?

अजून एक प्रश्न म्हणजे 'या एकाच सिद्धांताची इतकी प्रूफ्स का?' इथं या प्रश्नाचं उत्तर अगदी थोडक्यात पाहू. ते असं, की जेव्हा कुणी एखादं प्रमेय स्वतःच्या पद्धतीनं सिद्ध करतो, तेव्हा त्याला सत्य गवसल्याच्या उच्चतम मानवी आनंदाची प्राप्ती होते. हा अनुभव ज्याचा त्यानं घेऊनच पाहायचा असतो. पायथागोरसचे प्रमेय जिओमेट्रीतलं असल्यामुळे ते आकृतीच्या स्वरूपात म्हणजेच दृश्य स्वरूपात आहे. म्हणून ते सुलभ किंवा सुसाध्य आहे. म्हणूनच अनेक लोकांना त्याचे अनेक वेगवेगळे प्रूफ्स शोधून काढणे शक्य झाले आहे.

हा एकच सिद्धांत जरी सबंध वर्षांत गणिताच्या तासाला अभ्यासला गेला, तरी त्या अनुषंगानं मुलांना इतर अनेक गोष्टी सहज सांगता येतील आणि मुलं त्या आनंदानं शिकतील. थोर ग्रीक तत्त्वज्ञ प्लेटो, हॉब्ज, देकार्त, हेगेल, शोपेनहॉअर, आईन्स्टाईन आणि अशा कित्येक थोर गणिती, शास्त्रज्ञ आणि विचारवंतांना पायथागोरसच्या सिद्धांतात केवळ काटकोन त्रिकोणाच्या कर्णाची लांबी काढण्याच्या एका सूत्रापेक्षा खूप काही जास्त आढळेल. त्या प्रूफमधील कारणमीमांसा बघितली, तर विचार कसा करावा हे शिकायला मिळतं. शिक्षणाच्या दृष्टीकोनातून हे फार महत्त्वाचं आहे असं मला तरी वाटतं.

एक उदाहरण पाहू. सतराव्या शतकात इंग्लंडमध्ये थॉमस हॉब्ज नावाचा एक मोठा

राजकीय तत्त्ववेत्ता होऊन गेला. तो हुशार आणि अभ्यासू होता. त्यानं काही ग्रीक ग्रंथांचं इंग्रजीत भाषांतरही केलेलं होतं. पण वयाच्या चाळीस वर्षांपर्यंत त्याचं स्वतःचं असं विशेष योगदान नव्हतं. त्या सुमारास केप्लर, गॅलिलिओ आणि इतर संशोधकांनी अनेक शोध लावून विज्ञान क्षेत्रात जणू क्रांतीच केली होती आणि त्या वेळच्या युरोपमधल्या विचारवंतांच्या जगात खळबळ माजवली होती. पण हॉब्जला विज्ञानात फारसा रस नव्हता आणि फारशी माहितीही नव्हती. पण एका प्रसंगानं त्याचं आयुष्यच बदललं.

त्याचं असं झालं... एक दिवस हॉब्ज त्याच्या मित्राच्या घरी गेला होता. बाहेरच्या खोलीत मित्राची वाट बघत बसलेला असताना सहज त्याची नजर टीपॉयवर ठेवलेल्या एका पुस्तकाकडे गेली. ते पुस्तक होतं युक्लिडचं 'एलेमेंट्स.' हे गणिताचं पुस्तक. जुनं, म्हणजे २३०० वर्षांपूर्वी लिहिलेलं, पण प्रसिद्ध आणि जगन्मान्य ग्रंथ. ते 'गणिताचं बायबल' समजलं जातं. आजचे गणिती अजूनही त्याचा अभ्यास करत असतात. हॉब्जच्या मित्रानं साहजिकच तो ग्रंथ शेल्फमध्ये न ठेवता टीपॉयवर ठेवला होता यात आश्चर्य नाही.

हॉब्जनं कुतूहलानं ते पुस्तक सहज उघडलं, तर पहिल्या खंडातला ४७वा सिद्धांत त्याच्या नजरेला पडला. तो होता पायथागोरसचा सिद्धांत. त्यानं सहज बघितलं की काय आहे पायथागोरसचं म्हणणं. तर ते असं होतं, की कोणत्याही काटकोन त्रिकोणाच्या सर्वांत मोठ्या बाजूवर उभा केलेल्या चौरसाचे क्षेत्रफळ इतर दोन लहान बाजूंवर उभ्या केलेल्या चौरसांच्या क्षेत्रफळाच्या बेरजेइतकं असतो. कोणत्याही काटकोन त्रिकोणाचा? तो इतका आश्चर्यचकित झाला की त्याच्या तोंडातून , 'अरेच्चा, असं कसं शक्य आहे?' अशा अर्थाचे उद्गार बाहेर पडले. कोणत्याही काटकोन त्रिकोणासंबंधी पायथागोरस इतकं ठामपणे हे कसं म्हणू शकतो? हे काय कोडं आहे, म्हणून तो पुढे वाचू लागला. पण ते प्रमेय त्याच्या आधीच्या एका प्रमेयावर आधारलेलं होतं. म्हणून तो मागचं ४६वं प्रमेय वाचू लागला. तर ते त्याच्या मागच्या प्रमेयावर आधारलेलं होतं. असं करता करता त्यानं मागची आणखी तीन प्रमेयं वाचली आणि त्याला कळून चुकलं की खरोखरीच वरवर आश्चर्यकारक किंवा अशक्य वाटणारा पायथागोरसचा सिद्धांत खरा आहे तर! आणि मग हॉब्ज जिओमेट्रीच्या प्रेमातच पडला आणि त्या दिवसापासून हॉब्ज बदलला.

तो अधाशासारखा भूमितीच्या निरनिराळ्या आकृत्या काढून बघायचा आणि त्याबद्दलची गणितं करून बघायचा. उत्साहाच्या भरात कधी गादीवरच्या चादरीवर तर कधी स्वतःच्या मांडीवरच आकृत्या काढायचा. पण ते महत्त्वाचं नाहीये. महत्त्वाचं हे, की त्या सिद्धांताच्या मांडणीच्या पद्धतीनं त्याच्या विचारांची बैठकच बदलली. गणिताच्या अत्यंत तर्कशुद्ध, तर्कसंगत विचारपद्धतीत प्रथम एखाद्या कल्पनेची व्याख्या

करणं, नंतर हळूहळू एकावर आधारित दुसरं अशा क्रमानं नवीन व्याख्या करणं व तर्कसंगत विचार करून पुढेपुढे जाणं या क्रमानं प्रगती करणं हे त्याला पायथागोरसच्या सिद्धांताच्या मांडणीनं शिकवलं. आता हॉब्जची विचारपद्धती 'गणिती' झाली. त्याचं लिखाण वाचणाऱ्या लोकांची संख्या वाढली. कारण त्याच्या लिखाणात निश्चितपणा आला होता. ते प्रूफ वाचून त्याची खात्री पटली होती, की गणिताच्या पद्धतीनं विचार केला तर आपलं म्हणणं खरं आहे असं आपण निश्चितपणे दाखवून देऊ शकतो.

एका संशोधनात, विविध क्षेत्रांतील श्रेष्ठ आणि मान्यवंतांच्या आणि त्याच क्षेत्रातल्या सामान्य लोकांच्या मेंदूचा अभ्यास करण्यात आला. त्यात असं आढळून आलं, की ज्यांची एखाद्या क्षेत्रात खूप प्रगती झाली होती त्यांच्या मेंदूमधील वेगवेगळ्या केंद्रांची एकमेकांशी जास्त कनेक्शन्स होती. म्हणूनच त्यांच्या विचार करण्याच्या पद्धतीत जास्त लवचीकता होती. आपण शाळेत एकाच पद्धतीनं गणितं सोडवतो आणि त्याच त्याच पद्धती वारंवार वापरतो, त्यामुळे मुलांच्या मेंदूच्या वेगवेगळ्या केंद्रांमध्ये कनेक्शन्स होत नाहीत. कित्येकदा हुशार समजल्या गेलेल्या मुलांपुढे शाळेतलंच एखादं गणित पण वेगळ्या पद्धतीनं बदलून मांडलं, तर 'सर, हे आम्हाला वर्गात शिकवलं नाही' असं ते लगेच उत्तर देतात किंवा परीक्षेहून घरी आल्यावर जेव्हा 'आजचा पेपर अवघड होता' असं वाक्य ऐकू आलं, तर बऱ्याच वेळा त्याचा अर्थ शाळेत शिकवलेलंच गणित होतं, फक्त वेगळ्या पद्धतीनं विचारलं होतं असा असतो. वन डायमेन्शनल शिकवण्याच्या पद्धतीमुळे आणि 'मार्क मिळालेत ना' अशा सगळ्यांच्याच, विशेषतः 'जागरूक' पालकांच्या वृत्तीमुळे आपण मुलांचं एकप्रकारे नुकसानच करत असतो हे लक्षात येत नाही. अल्जेब्रा, अरिथमॅटिक, जिओमेट्री, फिजिक्स, केमिस्ट्री, बायोलॉजी असे सगळे विषय एकमेकांशी जोडलेले आहेत. हे सगळे विषय निसर्गातून आलेले आहेत आणि निसर्गामध्ये आणि खऱ्या गणितात असे कप्पे नाहीत. ते आपण आपल्या सोयीकरता केलेले आहेत. हे आपण मुलांपासून गुप्त का ठेवतो? साहजिकच ज्या मुलांना निसर्गात रमायला आवडतं, त्यांना शाळेतल्या गणिताचा कंटाळा येतो यात आश्चर्य वाटायला नको!

∞

गणिताची मजा

पुलंच्या 'तुझे आहे तुजपाशी' या लोकप्रिय नाटकात 'काकाजी' ही एक गाजलेली रसिक वृत्तीची व्यक्तिरेखा आहे. हे रिटायर्ड फॉरेस्ट ऑफिसर असून, प्रत्येक गोष्टीत सौंदर्य आणि आनंद पाहणारे आहेत. जंगलातच सगळं आयुष्य गेल्यामुळे शिकारीचाही अनुभव आहे. नाटकात एका प्रसंगात प्रेमात पडलेल्या एका तरुणाचा आणि त्यांचा संवाद चाललेला आहे. त्या वेळी तो तरुण म्हणतो, 'काकाजी, मी तिची इतकी आराधना करतोय, पण अजून तिचा होकार येत नाही. नुसतं तडपणं आणि धडकनच चालू आहे.' त्या वेळी काकाजी म्हणतात, 'अरे, शिकारीची मजा, सावज सापडण्यात नाहीच आहे, तर तलाश करण्यात आहे. एकदा सावज सापडलं, की तलाश संपली, धडकन संपली.'

याबर मला ऑस्कर वाइल्डचं एक वाक्य आठवतं - The essence of romance is uncertainty. शिकताना आणि शिकवतानाही, विशेषतः गणित शिकताना, अशी तलाश करण्यातली 'मजा' आपण घेऊ शकतो. पण काय करणार? वर्गात आपण प्रश्नापेक्षा त्याचं उत्तर घाईघाईनं सांगून मोकळे होतो. आपण खूप श्रेष्ठ आहोत असं उगीचच वाटतं. पण आपण मुलांची प्रश्न सोडवण्यातली मजा आणि संधी दोन्ही मात्र गमावतो. उत्तर कुणीही पाठ करू शकेल. त्याचं कदाचित कोचिंग होऊ शकेल किंवा ट्रेनिंग असेल, पण एज्युकेशन असेल की नाही मला तरी शंका आहे.

कोणत्याही प्रश्नाचं उत्तर शोधताना मनाची कल्पनाशक्ती आणि बुद्धीची तर्कनिष्ठा दोन्हीही लागतात. निसर्गानं माणसाला जसं मन दिलं आहे, तशीच बुद्धीही दिली आहे. एखादं सुंदर शिल्प किंवा चित्र पाहताना किंवा निसर्गाचे नुसते रंग पाहताना, एखादी

संगीतरचना ऐकताना किंवा एखाद्या खेळाडूचा टेनिस, क्रिकेट किंवा फुटबॉलचा शॉट पाहतानासुद्धा मनानं आनंद घेता घेता बुद्धीनंही त्या गोष्टीच्या अंतरंगाचा आस्वाद घेता येतो आणि 'अहाहा' बरोबरच 'वाहवा' अशीही दाद दिली जाते. बहुतेक वेळा एखाद्या गोष्टीचा आस्वाद किंवा ग्रहण आपण केवळ भावनेच्याच अंगानं किंवा कधी फक्त बुद्धीचाच निकष मानून घेण्याचा प्रयत्न करतो. पण आपण ज्या विश्वात राहतो ते समग्र आहे. म्हणून विश्वातली प्रत्येक गोष्ट किंवा घटना हीसुद्धा समग्र विचारानंच समजते. म्हणून शाळेपासूनच मुलांना समग्रतेची जाणीव आणि शिकवण मिळणं गरजेचं आहे. थोर गणिती ब्लेस पास्कल म्हणतो, 'We know truth, not only by reason, but also by the heart.' सत्य हे केवळ तर्कानं जाणता येत नाही, तर त्याला भावनेचीही साथ लागते. बालगंधर्व यांच्या अलौकिक गाण्याबद्दल बोलताना पुलं म्हणतात, की 'बालगंधर्वांच्या गाण्यानं पंडिताची पगडी व अ-पंडिताचं अंतःकरण एकाचवेळी हलायचं.' त्याचप्रमाणे गणिताच्या वर्गातही एखादं प्रमेय सोडवताना त्याच्या प्रूफची शेवटची स्टेप लिहिण्याच्या आधी 'आता गंमत बघा हं' असं किती वेळा मुलांना ऐकायला मिळतं? आणि मुलांनाही 'अरे, काय मस्त प्रॉब्लेम होता' असं वाटतं?

चांगला प्रॉब्लेम कोणता? तर तो कसा सोडवायचा हे प्रथम आपल्याला कळतच नाही तो! त्यामुळे विद्यार्थ्यांचं कुतूहल जागृत होतं. तो विचार करायला लागतो. पण दुर्दैवानं त्या आधीच त्याचं उत्तर फळ्यावर येतं. विद्यार्थ्यांचं काम ते वहीत उतरवून घेणं आणि पाठ करणं. 'हे क्वाड्रॅटिक इक्वेशन आणि त्याचे रूट्स काढण्याचा हा फॉर्म्युला.' अशा वेळी मला आठवतं ती पूर्वी दूरदर्शनवर येऊन गेलेली 'The Ascent of Man' ही खूप प्रसिद्ध बीबीसी मालिका. ही सर्वसामान्य लोकांकरिताच होती, पण त्यामध्ये गणिताचा इतिहास सांगताना पायथागोरसच्या सिद्धांताचं जे 'दर्शन' झालं ते चाळीस वर्षांनंतरही माझ्या डोळ्यांसमोर अजून उभं आहे.

गणितात, केवळ गणितातच नव्हे तर त्या अनुषंगानं सर्व शास्त्रीय विषयांतच जर मुलांना सौंदर्य दिसलं, (जर दिसत नसेल तर ते कसे पाहायचं हे सांगितलं.) तर त्यांना 'अभ्यास करा' म्हणून सांगावं लागणार नाही. 'क्रिकेट खेळ, टीव्ही पहा, मित्रांशी गप्पा मार' हे सांगावं लागतं का? मग 'अभ्यास कर' हे सांगावं का लागतं? कारण शिक्षणपद्धतीप्रमाणं होणारा अभ्यास हा आपल्या नैसर्गिक भावनेशी जोडला गेलेला नाही. आपली नैसर्गिक प्रवृत्ती जाणून घेण्याची, सौंदर्याचा आस्वाद घेण्याची, आनंदी राहण्याची असते. शिक्षणप्रक्रिया ही या प्रवृत्तीला अनुकूल करणं हे शिक्षणपद्धतीचं काम आहे. बहुतेक वेळा शिकवण्याच्या नादात शिकणं राहूनच जातं. अवघड गोष्ट सोपी करणं याऐवजी शाळेत आपण गणितासारखी सहज आणि म्हणून सोपी गोष्ट अवघड

करून ठेवतो. माझ्या समजुतीप्रमाणं जास्तीत-जास्त क्लासेस किंवा शिकवण्या गणित विषयाच्याच असाव्यात.

गणित सोडवताना किंवा ते समजून घेताना आपले जे विचार चालू असतात ते भाषेच्या आधारावरच अस्तित्वात येतात. आपला कोणताही विचार हा शब्दमयच असतो. शब्दांशिवाय विचार करायचा प्रयत्न करूनच बघा! आपल्या मनातला विचार किंवा भावना व्यक्त करण्याचं साधन म्हणजे केवळ भाषा. विचार किंवा भावना या सूक्ष्म, अव्यक्त असतात म्हणून दिसत नाहीत. त्याचंच स्थूल स्वरूप म्हणजे भाषा, जी आपल्याला बोलता, ऐकता, वाचता आणि लिहिता येते. (इथं आपल्या चार वाणींबद्दल सांगायचा मोह आवरतोय). विचार हे सूक्ष्म असल्यामुळे त्यांना बंधनं कमी असतात आणि म्हणूनच त्याची व्यापकता खूप असते. बसल्या जागीच आपण मनानं किंवा विचारानं कुठंही एका क्षणात जाऊ शकतो किंवा कोणतीही कल्पना करू शकतो.

जेव्हा सूक्ष्म विचार स्थूल शब्दांत मांडायचा प्रसंग येतो; तेव्हा सगळेच विचार, कल्पना किंवा भावना शब्दांत किंवा भाषेत व्यक्त करता येतीलच असं नाही. म्हणून बऱ्याच वेळा 'शब्देविण संवादू' करावा लागतो आणि 'शब्दांवाचून कळले सारे, शब्दांच्या पलीकडले' एवढंच म्हणता येतं. परंतु या सबंध गतिमान विश्वाचं वर्णन अचूक आणि कमीत-कमी शब्दांत करायचं असेल, तर त्याकरता अशीच एक वैश्विक भाषा आहे आणि ती म्हणजे गणित! महान शास्त्रज्ञ गॅलिलिओनं हे सत्य १६२३ मध्ये सांगितलं. तो म्हणाला होता, 'Nature's great book is written in mathematical symbols.' निसर्गाचं अद्भुत पुस्तक गणिताच्या भाषेत लिहिलेलं आहे.

इंग्रजीत एक म्हण आहे. त्याचा मराठी सारांश असा, की 'तुम्ही तुमच्या घोड्याला पाण्याशी नेऊ शकता; पण त्याला पाणी प्यायला भाग पाडू शकत नाही.' आपण मुलांना शाळेत घालू शकतो, पण त्याला शिकण्याची इच्छा कशी होईल हा आपल्यापुढचा प्रश्न आहे. तो प्रश्न सोडवण्याकरता त्यावर परिसंवाद घेण्याची जरुरी नाही. कारण जिज्ञासा ही माणसाची एक नैसर्गिक प्रवृत्तीच आहे. लहानपणापासूनच 'हे काय?', 'ते कसं?', 'असं का?' अशी उत्कंठा प्रत्येक सर्वसाधारण मुलाला असते, ती अगदी आयुष्याच्या शेवटपर्यंत. जरी सर्व विश्वाचा उलगडा झाला, तरी 'कोऽहम' अर्थात 'मी कोण?' हा प्रश्न सुटेपर्यंत त्याला शांती नसते. मुलांची अशी नैसर्गिक उत्कंठा गणिताच्या अभ्यासामुळे मारली न जाता जागृत राहिली पाहिजे. एवढेच नाही, तर ती वाढीस लागायला हवी हा आपल्यापुढचा खरा प्रश्न.

शिक्षक म्हणून आपलं काम मुलाला गणित कसं आवडेल ते पाहायचं. गणित कसं सोपं आहे हे दाखवायचं. गणितात कसा अर्थ आहे हे त्याला जाणून घ्यायला मदत

करायची, गणितात किती सौंदर्य आहे हे त्याला भासवून द्यायचं. गणितामुळे त्याचं आयुष्य किती सोपं होतंय हा अनुभव त्याला द्यायचा. केवळ उत्तर पाठ करण्यात शहाणपणा नसून, योग्य प्रश्न विचारणं हे कसं महत्त्वाचं आहे हे त्याला समजावून द्यायचं. हे सगळं जर त्याला कळलं, तर तो स्वतःहून गणित शिकेल. अडचण आली, तर शिक्षक आहेतच की.

आपल्या शिकवण्यात संवादाला आपण किती जागा देतो ? बिचारे शिक्षक भरमसाट सिलॅबस 'संपवणं' आणि परीक्षा घेणं याच कात्रीत सापडलेले. त्यामुळे शिक्षक-विद्यार्थी संवादाला वाव अभावानंच मिळतो. 'भगवद्गीता' हा क्लास नाही, लेक्चर नाही तर तो श्रीकृष्ण-अर्जुन संवाद आहे. वर्गात आपणच मुलांना प्रश्न देतो व आपणच लगेच त्यांची उत्तरंही देतो. प्रश्नापेक्षा आपण उत्तराला महत्त्व फार देतो. मुळात तो प्रश्न कसा निर्माण झाला किंवा जाणवला हे पाहणं म्हणजे शिक्षण आहे. त्या प्रश्नापासून त्याच्या समाधानापर्यंत त्याचा कसा प्रवास झाला हे पाहणं म्हणजे शिक्षण आहे. आपण मात्र वर्षाच्या शेवटी परीक्षेला येऊ शकणारे '२१ संभाव्य प्रश्न' शोधत बसतो. पण त्यानं शिक्षणाचा प्रश्न सुटतच नाही. इतका वेळ (एक नाही, दोन नाही, तर तब्बल दहा वर्षं), इतका पैसा (शाळा, शिकवणी आणि क्लासेस धरून कितीतरी लाखात जाईल!) आणि अमाप श्रम आपण गणिताकरिता मुलांवर खर्च करतो. तितकेच परिश्रम, वेळ, पैसा आपण एखाद्या कलाशिक्षणावर किंवा क्रीडाकौशल्यावर खर्च केले, तर ते मूल कदाचित ऑलिम्पिक दर्जापर्यंतही जाऊ शकेल.

वर म्हटल्याप्रमाणं शिक्षणाची इच्छा जरी एक नैसर्गिक प्रवृत्ती असली, तरी ती एखाद्या विशिष्ट विषयाकडे (उदाहरणार्थ, गणित) कशी वळवायची हा प्रश्न राहतोच. त्यावर एक उपाय आहे. इंग्लंडमधील ऑक्सफर्ड विद्यापीठातील प्रा. मार्कस दु सोटो हे एकदा गणिताच्या तासाला वर्गात चक्क ट्रम्पेट घेऊन आले आणि त्यांनी मुलांना एक धून वाजवून दाखवली. त्यांना हार्मोनिक्स आणि साइन वेव्हस यांचं नातं आणि प्राइम नंबर्स हे शिकवायचं होतं. त्यांचं म्हणणं असं, की गणित शिकवणं हे संगीत शिकवण्यासारखं आहे. प्रथम मुलांना पूर्ण गाणं वाजवून दाखवायचं आणि मग मुलांना स्वर, ताल शिकवायचे.

गणित शिकवताना आपण एक गोष्ट विसरतो ती म्हणजे गणिती विचार हा सर्व विषयांचा एक अविभाज्य भाग आहे. गणित शिकवतानाच आपण फिजिक्स, केमिस्ट्री, बायॉलॉजी हेही विषय त्यात बेमालूम मिसळू शकतो. बेरीज ही काही फक्त अंकांचीच होते असं नाही. फिजिक्समध्ये दोन फोर्सेसची बेरीज शिकवताना व्हेक्टरची कल्पना आणि जिओमेट्रीतला समांतरभुज चौकोन हेही सांगू शकतो. हे मी, माझ्या शाळेत शिकवण्याच्या अनुभवावरून सांगत आहे. आपण न्यूटनचे नियम शिकवतो, पण

झाडावरून फळ पडताना पाहून तो युनिव्हर्सल ग्रॅव्हिटीपर्यंत कसा पोहोचला असेल ही रहस्यकथा कधी सांगतच नाहीत. न्यूटनचा सिद्धांत शिकवून पाठ करून घेणं, पाठ म्हणून दाखवणं आणि केव्हा एकदा त्याची युनिट टेस्ट घेतो असं होणं म्हणजे सायन्स शिकवणं नाही. तसंच गणिताच्या फॉर्म्युल्यात आकडे भरून उत्तर काढणं म्हणजे गणित शिकवणं नाही.

'भगवद्गीते'त श्रीकृष्णांनी अर्जुनाला प्रश्न विचारायला वाव दिला आहे. त्याप्रमाणं अर्जुनानं योग्य वेळी योग्य ते प्रश्नही विचारलेले आहेत. सुरुवातीच्या अध्यायात विचारलेले प्रश्न स्थूल व प्रासंगिक स्वरूपाचे आहेत. नंतर नंतर येणारे प्रश्न पाहिले, तर ते जास्त व्यापक व सूक्ष्म झालेले दिसतील. वर्गात विद्यार्थी जेव्हा प्रश्न विचारतो याचाच अर्थ त्याला मागे सांगितलेलं समजलं आहे आणि याहून पुढे जाण्याची इच्छा आहे. शिक्षकानं मुलांना प्रश्न विचारणं ही उलटतपासणी झाली. पण मुलानं प्रश्न विचारणं याचा अर्थ तो 'पास' झाला. 'बरोबर' लिहिलेल्या उत्तराला नेहमी पहिला नंबर मिळतो, पण 'बरोबर' विचारलेल्या प्रश्नाला पहिलं बक्षीस केव्हा मिळणार हा माझा प्रश्न आहे.

∞

निसर्गाचं मनोगत, अर्थात गणित

आपल्यापैकी बहुतेकांना झोपेत स्वप्नं पडतात. स्वप्न हा जरी आपल्या मनाचाच खेळ असला, तरी स्वप्नातल्या जगात घडणाऱ्या, खरं म्हणजे दिसणाऱ्या, बऱ्याच गोष्टी या आपल्या जागेपणीच्याच जगातल्या असतात. परंतु त्यांना कल्पनेची, आपल्या सुप्त इच्छाआकांक्षांची आणि काही वेळा अद्भुततेची आणि अशक्यतेची जोड असते. त्यामुळे स्वप्नात, जागेपणीच्या गोष्टींसंबंधीचंच, पण काहीही घडू शकतं. मी एकदा सचिनला पहिल्याच बॉलवर क्लीन बोल्ड केलेलं आहे. वॉर्नच्या एका ओव्हरमध्ये सहा सिक्सर्सही मारलेल्या आहेत. यातला सचिन आणि वॉर्न हे वास्तव जगातले. पण बाकीचं सगळं माझ्याच मनातलं! बाहेरच्या जगात माझ्या कुठल्याही बॉलवर सचिन डोळे झाकूनही सिक्स मारतो आणि वॉर्नचा प्रत्येक बॉल मी कितीही रुंद बॅट वापरली तरी माझ्या डोळ्यांदेखत माझ्यामागे असलेला एकमेव स्टॅम्प उडवतो! म्हणून जागं झाल्यावर पाच-दहा मिनिटांत आपण ते सगळं स्वप्न विसरूनही जातो किंवा गंमत म्हणून इतरांशी कधीकधी त्यावर बोलतोही!

हे सगळं झालं झोपेतल्या स्वप्नांचं, पण जागेपणीही असाच अनुभव आपण आपल्या कल्पनेच्या किंवा विचारांच्या जगातही जाणीवपूर्वक घेऊ शकतो. झोपेतल्या स्वप्नात काय घडावं (दिसावं) हे आपल्या हातात नसतं. पण आपल्या कल्पनेच्या आणि विचारांच्या जगात आपण मनासारखं स्वप्न रचू शकतो. त्यातलं जे व्यवहार्य असेल, ते प्रयत्नांं सत्यात आणू शकतो. अनेक थोर समाजसुधारक असेच जागृत स्वप्न पाहून पुढे थोर समाजसेवक झाले. साहित्यिक कृती किंवा कलाविष्कार हेसुद्धा वास्तव आणि कल्पना यांचंच मिश्रण करून तयार होतात.

आता आपल्या लक्षात आलं असेल, की आपण जगतो ते रोजचं व्यावहारिक जग आणि आपल्या मनात असणारं एक वैचारिक किंवा काल्पनिक जग या दोघांमध्ये कायम देवाणघेवाण चालू असते. आपण बाहेर जे पाहतो, ऐकतो आणि अनुभवतो ते आत विचारांच्या जगात घेऊन जातो, त्यावर मंथन करतो आणि काहीतरी नवीन विचार/कल्पना बाहेरच्या जगात घेऊन येतो. बऱ्याच वेळा त्याचा उपयोग व्यावहारिक जगावर परिणाम करणारा असतो. इतिहास बघितला तर आपल्याला दिसेल, की प्रथम (आपल्या आतल्या जगात) वैचारिक उत्क्रांती होते आणि मग काही धैर्यवान व्यक्ती तो नवीन विचार बाहेरच्या व्यावहारिक जगात रुजवतात आणि सामाजिक उत्क्रांती आपल्या अनुभवाला येते. हे जसं सामाजिक, सांस्कृतिक किंवा राजकीय जीवनात घडतं, तसंच वैज्ञानिक जीवनातही घडतं. कसं ते पाहू.

व्यक्तीच्या पातळीवर, आपलं व्यवहारातलं वागणं हे आपल्या मनातल्या विचारातून येतं. पण विश्वाच्या पातळीवर नैसर्गिक घडामोडींकडे वैज्ञानिकांनी जेव्हा पाहिलं, तेव्हा त्यांना प्रश्न पडला, की या घटनांमागेही असा काही वैश्विक 'विचार' असेल का? कारण आपलं विश्व (किंवा निसर्ग म्हणा!) हे हजारो वर्षं, नियमांवर आधारित असल्यासारखं अबाधित चालू आहे. त्यामागेही निश्चित विचारप्रणाली असेल का? असलीच तर आपल्याला कळू शकेल का? ती कुठल्या भाषेत असेल? आणि शेकडो वर्षांच्या अनुभवातून त्यांना हे जाणवलं, की कसं कुणास ठाऊक, पण या सगळ्याच्या मागे नक्कीच विचार आहे आणि त्यांचं नेमकं वर्णन करू शकणारी एक भाषा आहे - गणित! हा विलक्षण योगायोग आहे. नाही का? सतराव्या शतकात गॅलिलिओनं गणित ही निसर्गाची भाषा आहे हे सांगितलं होतं.

'The universe cannot be read until we have learnt the language and become familiar with the characters in which it is written. It is written in mathematical language.' (हे विश्व समजण्याकरता आपल्याला त्याची भाषा शिकावी लागेल आणि ती भाषा आहे गणित!)

पुढे निसर्ग हा जसजसा जास्त कळू लागला, तसतशी गणित ही भाषा समृद्ध होत गेली. पण गणिताचं वैशिष्ट्य इथंच थांबत नाही. तर या गणिताच्या भाषेत विचार करून काही कल्पना आपल्या मनात आल्या, तर आपण प्रयोग करून त्या कल्पना बाहेरच्या जगात प्रत्यक्ष सत्यात येऊ शकतात का ते पाहू शकतो. चंद्रावर जाण्याची कल्पना आधी माणसाच्या मनात आली. त्यावर गणिताच्या जगात अनेक इक्वेशनं मांडली गेली. त्यांची उत्तरं बाहेरच्या जगात लागू पडतात का ते पाहिलं आणि काय आश्चर्य, माणूस चंद्रावर पोचलासुद्धा! सामान्य माणसाला हे अद्भुत वाटेल, अशिक्षिताला हा चमत्कार वाटेल, पण ज्याला गणित म्हणजे काय हे नीट माहीत असेल त्याला हे जग

गणितावर चाललंय याचा अजून एक पुरावा इतकंच वाटेल. इतिहासात अशी अनेक उदाहरणं आहेत.

पण इतकं मागे जायचं कारण नाही. शाळेत गणिताच्या तासाला आपण एखादा अल्जेब्रातला वर्ड-प्रॉब्लेम सोडवताना असंच करतो. उदाहरणार्थ, 'वडिलांचे वय मुलाच्या वयाच्या...' किंवा 'एका आयताकृती शेताची लांबी त्याच्या रुंदीपेक्षा...' इत्यादी. आपण प्रथम तो प्रश्न अल्जेब्राच्या सिम्बॉल्सच्या भाषेत इक्वेशनच्या रूपात मांडतो. (आपला अत्यंत विश्वासू आणि तत्पर मित्र 'क्ष' नेहमीच आपल्याला मदत करायला तयार असतो.) एकदा का हा प्रश्न गणिताच्या राज्यात आला, की बाहेरच्या जगात 'क्ष'चा अर्थ काय याला महत्त्व नाही. गणिताच्या जगात तो एक व्हेरिएबल म्हणूनच वावरतो. ही खरी गणिताची शक्ती आणि जादू आहे. आपण नाही का, एखादी गोष्ट किंवा विनोद सांगताना म्हणत 'एकदा एक माणूस एका गावात जातो...' इथं 'एक' माणूस हा जगातला कोणताही माणूस असू शकतो (गणिताच्या भाषेत व्हेरिएबल) आणि 'एक' गाव हे जगातलं कोणतंही गाव असू शकतं (दुसरं व्हेरिएबल). म्हणजे एकाप्रकारे नकळतही आपण गणिताच्याच अमूर्त भाषेत बोलत असतो. असो! तर आपण त्या इक्वेशनवर बेरीज, वजाबाकी, गुणाकार, भागाकार इत्यादी गणिती क्रिया करून शेवटी 'क्ष = अमुक अमुक' असं त्या मूळ इक्वेशनचं रूपांतर करतो आणि 'क्ष'ची किंमत म्हणजे बाहेरच्या जगातल्या वर्ड प्रॉब्लेमचं उत्तर असतं. (उदाहरणार्थ, मुलाचं वय, शेताची लांबी इत्यादी!)

पण आता आपण एक विलक्षण महत्त्वाचं उदाहरण थोडक्यात पाहू या. आपण सर्वच जण मोबाइल फोन वापरतो, पण यात वापरल्या जाणाऱ्या वायरलेस कम्युनिकेशनचा उगम केव्हा झाला आणि कसा झाला ते बहुतेकांना ठाऊक नाही. तर, जेव्हा एकोणिसाव्या शतकात मायकेल फॅरेडे, आंद्रे ऑम्पिअर यांसारख्या प्रयोगशील वैज्ञानिकांनी इलेक्ट्रिसिटी आणि मॅग्नेटिझम कसं काम करतात याचा शोध लावला आणि त्यांचे नियम शोधून काढले तो याचा उगम होता. पुढे १८६०च्या सुमारास स्कॉटिश गणिती वैज्ञानिक जेम्स क्लार्क मॅक्सवेल याने फॅरेडे आणि ऑम्पिअर यांनी प्रयोगानं शोधून काढलेले नियम, (त्याआधी न्यूटननं शोधून काढलेल्या) गणितातल्या कॅल्क्युलसच्या भाषेत मांडले. म्हणजेच बाहेरच्या जगातली, प्रयोगातून निघालेली निरीक्षणं गणिताच्या जगात इक्वेशनच्या भाषेत व्यक्त केली. मग त्यानं त्या गणिती जगात गणिताचे नियम वापरून त्या इक्वेशनची बरीच नवीन मांडामांड करून बघितली आणि एक नवीन इक्वेशन त्यातून बाहेर पडलं. त्यानं ते बाहेरच्या जगात आणलं. पण तिथं काही अर्थबोध होईना. तेव्हा त्याला शंका आली की कुठेतरी, काहीतरी कमी पडत आहे. त्याला वाटलं, ऑम्पिअरच्या नियमात काहीतरी गडबड असावी.

त्यानं त्या नियमात थोडासा बदल केला, सुधारणा केली. (इथं आपण जास्त खोलात जाणार नाही.) मग तो सुधारित नियम परत गणिताच्या (कॅल्क्युलसच्या) जगात नेला आणि पुन्हा एकदा नवीन मांडामांड करून बघितली आणि त्यातून आणखी एक नवीन इक्वेशन बाहेर पडलं, ते वेव्ह इक्वेशन होतं. सरोवरातल्या शांत पाण्यात एक खडा टाकल्यावर पाण्याच्या पृष्ठभागावर जे तरंग उठतात आणि पसरत जातात, त्याचं यथार्थ वर्णन करणाऱ्या त्या वेव्हच्या इक्वेशनसारखे. पण इलेक्ट्रिसिटी आणि मॅग्नेटिझमच्या संदर्भात जेव्हा त्या इक्वेशनचा अर्थ त्याच्या ध्यानात आला तो एक 'युरेका' क्षण होता. कारण त्या वेव्ह्स कुणी सामान्य वेव्ह्स किंवा तरंग नव्हते, तर त्या इलेक्ट्रिसिटी आणि मॅग्नेटिझमच्या फील्ड वेव्ह्स होत्या- इलेक्ट्रो-मॅग्नेटिक वेव्ह्स. ज्या आता रेडिओ, मोबाइल, सॅटेलाइट आणि इतर सर्व वायरलेस कम्युनिकेशनसाठी वापरल्या जातात.

मॅक्सवेल इतकंच करून थांबला नाही. त्यानं पुन्हा गणिताच्या जगात जाऊन त्या इलेक्ट्रो-मॅग्नेटिक वेव्ह्सचा स्पीड कॅल्क्युलेट केला आणि... अहो, आश्चर्यम्! त्या वेव्ह्सचा स्पीड होता... प्रकाशाचा स्पीड! प्रकाशाचा स्पीड गणितानं काढून दाखवला! केवळ गणित वापरून मॅक्सवेलनं इलेक्ट्रो-मॅग्नेटिक वेव्ह्सचं अस्तित्वच प्रतिपादन केलं नाही, तर 'प्रकाश म्हणजे नक्की काय?' हे एक खूप जुनं वैज्ञानिक गूढ उलगडलं. इलेक्ट्रो-मॅग्नेटिक वेव्ह हेच प्रकाशाचं स्वरूप आहे.

मॅक्सवेलनं इलेक्ट्रो-मॅग्नेटिक वेव्हच्या अस्तित्वाचं केलेलं भाकीत समजल्यावर १८८७ मध्ये प्रसिद्ध जर्मन भौतिकशास्त्रज्ञ हैनरिश हर्ट्झनं प्रत्यक्ष प्रयोगानं बाहेरच्या जगात त्यांचं अस्तित्व दाखवून दिलं! (रेडिओ ऐकताना स्टेशनची फ्रिक्वेन्सी ७९२ किलोहर्ट्झ असं ऐकतो ते हर्ट्झ एकक त्याचं स्मरण करून देतं!). नंतरच्या दहा वर्षांत निकोला टेस्लानं पहिली रेडिओ कम्युनिकेशन सिस्टिम बनवली आणि त्यानंतर पाच वर्षांनी मार्कोनीनं युरोपमधून अमेरिकेत अटलांटिक महासागराच्यापार पहिला वायरलेस मेसेज पाठवला!

फिजिक्समध्ये नोबेल प्राइझ मिळालेला वैज्ञानिक रिचर्ड फाइनमन, मॅक्सवेलच्या कामाविषयी बोलताना म्हणतो, 'पुढच्या दहा हजार वर्षांनंतर जेव्हा इतिहास लिहिला जाईल, त्यावेळी मानवी जीवनाच्या प्रत्येक शतकातली सगळ्यात महत्त्वाची एकेकच गोष्ट जर त्यात घेतली, तर एकोणिसाव्या शतकातली सगळ्यात महत्त्वपूर्ण गोष्ट असेल मॅक्सवेलचा इलेक्ट्रो-डायनॅमिक्समधला शोध. त्याच्या तुलनेत अमेरिकेचं सिव्हिल वॉर फारच क्षुल्लक वाटेल.' असं जरी फाइनमन म्हणाला, तरी इथं एक गोष्ट लक्षात घेतली पाहिजे, की अमेरिकन सिव्हिल वॉर, ज्या यादवी युद्धात सहा लाख माणसं मृत्युमुखी पडली होती, ती जगावर परिणाम करणारी फार मोठी घटना मानली जाते.

मग मनात विचार येतो, की फाइनमन असं कसं म्हणू शकला? याचं उत्तर तुम्हाला

हवं असेल तर... आपल्या आयुष्यातून रेडिओ, टेलिव्हिजन काढून टाका, मोबाइल, इंटरनेट काढून टाका, वायरलेस काढून टाका, रडार, सॅटेलाइट काढून टाका. मग लक्षात येईल फाइनमन असं का म्हणाला. मॅक्सवेलच्या इक्वेशनांनी आपलं जगणंच बदललं. आपण रोज कसं जगतो, इतरांबरोबर आणि समाजाबरोबर कसे संबंध ठेवतो हे कुठल्याही युद्धापेक्षा या गणितानं जास्त ठरवलं. शाळेत आपण दहा-दहा वर्षं मुलांना गणित शिकवतो, पण अशा गोष्टी का नाही सांगत? सगळी विद्यार्थिदशा केवळ स्पर्धा आणि परीक्षांकरता शिकण्यात जाते. गणितातल्या गोष्टी, गणिताची प्रचंड शक्ती (आणि उपयोग) विद्यार्थ्यांपासून आपण का लपवून ठेवतो? त्यांना गणित आवडेल अशी आपल्याला भीती वाटते का? मला माहीत नाही!

जाता जाता... आईन्स्टाईननं त्याच्या अभ्यासिकेत न्यूटनच्या बरोबरीनं फॅरडे आणि मॅक्सवेलचा फोटो लावलेला होता!

∞

गणिताचा टेप

झाडावरून खाली पडणारं फळ, वेगानं पृथ्वीवर धावणारा प्राणी, पृथ्वीभोवती नियमित भ्रमण करणारा चंद्र, इत्यादी कोणतीही निसर्गातली घटना ही गणितात इक्वेशनच्या रूपात अगदी थोडक्यात मांडता येते. आपण शाळेत शिकलेले न्यूटनचे गतीविषयक नियम केवळ तीन-चार सिम्बॉल्स वापरून कोणत्याही वस्तूच्या गतीबद्दल अचूकपणे आणि पूर्णपणे सांगू शकतात. काय सामर्थ्य आहे हे गणित नावाच्या भाषेचं!

गणित ही निसर्गाची आणि पर्यायानं विज्ञानाची भाषा आहे हे आपण पाहिलं, पण निसर्ग समजून घेणं किंवा त्यात घडणाऱ्या घटनांचं स्पष्टीकरण देणं इतक्यापुरतंच गणित मर्यादित नाही. कारण गणित ही नुसती भाषाच नाही, तर तर्कशुद्ध विचार करू शकणारी एक शक्तिशाली यंत्रणा आहे. कसं ते एका उदाहरणावरून पाहू.

समजा, तुम्ही प्रवास करत आहात. दुसऱ्या गावाला सकाळी अकरा वाजता पोचलात. कुणीतरी विचारतं, "किती वाजता घरून निघाला?"

"आठ वाजता!"

"अरे, ऐंशी? म्हणजे तुमचा स्पीड चांगला होता म्हणायचा!"

तुमचा (ॲव्हरेज) स्पीड त्याला कसा समजला? सरळ आहे. त्याला दोन गावांमधलं अंतर २४० किमी आहे हे माहिती होतं. २४० कि.मी. भागिले लागलेला वेळ तीन तास (८ ते ११) म्हणजे ताशी ८० कि.मी. आता हाच काय, पण असे कोणतेही अगणित प्रवास आपण गणिताच्या एकाच सूत्रात आणू शकतो. ते गणिताच्या भाषेत $S = D / T$ या इक्वेशनमध्ये. इथं 'S' म्हणजे स्पीड (वेग), 'D' म्हणजे डिस्टन्स (अंतर) आणि 'T' म्हणजे टाइम. (प्रवासाला लागलेला वेळ) हे आपल्याला शाळेत शिकल्यामुळे

माहीत आहे. पण गणित इथंच थांबत नाही. गणिताची खरी गंमत पुढे आहे.

एकदा हे सूत्र गणिताच्या जगात गेलं, की ते अमूर्त होतं. म्हणजे काय, तर 'D' म्हणजे डिस्टन्स हे कोणत्याही दोन ठिकाणांतलं अंतर होतं. मग ते मिलिमीटरमध्ये असो की हजारो किलोमीटर्समध्ये असो आणि 'T' म्हणजे टाइम (त्या प्रवासाला लागलेला वेळ) मायक्रो सेकंदात असो किंवा कितीही तासांत असो किंवा दिवसांतसुद्धा असो. तर अशाप्रकारे या 'S = D / T' या इक्वेशनशी आपण खेळू शकतो. क्वचित मस्तीही करू शकतो. त्याशिवाय ते इक्वेशन काय म्हणतंय ते आपल्याला समजणार नाही! खेळायचं, पण गणितातल्या नियमांप्रमाणं. (कुठल्याही खेळात प्रत्येक खेळाडूला त्या खेळाच्या नियमाप्रमाणंच खेळावं लागतं, नाही का!) तर इक्वेशनचा एक नियम असा आहे, की इक्वेशनच्या एका बाजूला काही प्रक्रिया (गुणाकार, भागाकार इत्यादी) केली आणि तीच प्रक्रिया दुसऱ्या बाजूलाही केली, तर ते मूळ इक्वेशन अबाधित राहते, पण वेगळ्या रूपात प्रत्ययाला येते.

आपण आता गणिताच्या जगात आहोत. व्यावहारिक जगाशी आता आपला संबंध आपण तात्पुरता सोडलेला आहे. आपण जागेपणीच्या जगातून स्वप्नाच्या जगात जातो, त्यावेळी जागृत अवस्थेतल्या जगाशी आपला संबंध सुटलेला असतो तसाच. आता गणिताच्या जगात तिथले नियम वापरून आपण काहीही करू शकतो. तर आपण आता इक्वेशनच्या दोन्ही बाजूंना 'T' नं गुणू या. का? सहज. गंमत, एक खेळ म्हणून. तर काय होईल? SxT = (D/T) x T. इक्वेशन तेच राहील, पण ते आता नवीन रूपात दिसेल. SxT = D असं दिसेल. त्यानं काय होईल? बघू या. हे इक्वेशन आता गणिताच्या जगातून बाहेरच्या जगात घेऊन जाऊ या. काही अर्थबोध होतोय का ते पाहू या. स्पीडला टाइमनं गुणलं तर अंतर मिळतं! याचा अर्थ झाला, की एका विशिष्ट स्पीडनं काही विशिष्ट वेळ प्रवास केला, तर किती अंतर पार केलं हे समजलं! युरेका, युरेका! मी कुठलीही मोजपट्टी किंवा टेप न वापरता दोन ठिकाणांमधलं अंतर 'मोजू' शकलो! हे केवळ गणितामुळे शक्य झालं. आपण फक्त गणिताची तर्कसंगत प्रणाली वापरली. प्रत्येक वेळी अशा रूपांतरित इक्वेशनला गणितात जरी अर्थ असला, तरी प्रत्यक्ष व्यवहारात असेलच असं नाही. आत्ता नाही, म्हणजे कदाचित आपल्याला तो अनुभव अजून आला नसेल, पण पुढे येणारच नाही असं कशावरून?

जॉर्ज बूलनं त्याचा अल्जेब्रा (१८४७च्या सुमारास) शोधून काढला. या पूर्वीचा अल्जेब्रा हा संख्यांवर काम करत होता. बूलियन अल्जेब्रा हा लॉजिकवर काम करत होता. त्या वेळी त्याचा काहीच व्यावहारिक किंवा प्रत्यक्ष उपयोग दिसला नाही, कारण त्या वेळी जे तंत्रज्ञान उपलब्ध होतं ते तितकंसं प्रगत नव्हतं. पुढे जेव्हा इलेक्ट्रॉनिक्समध्ये प्रगती झाली, (लॉजिक सर्किट्स आली) तेव्हा तोच अल्जेब्रा संगणकाचं रूप घेऊन

प्रत्यक्ष अवतरला! असं बऱ्याच वेळा दिसतं, की गणित मनाच्या वेगानं फार पुढे जातं आणि त्याचा उपयोग कालांतरानंच मानवाला कळतो!

वर म्हटल्याप्रमाणं गणिताच्या भाषेतल्या इक्वेशनमधील सिम्बॉल्सची जी नवनवीन मांडणी (अर्थातच नियम पाळून) आपण करत असतो ती म्हणजे आपण वस्तुतः लॉजिकल आर्ग्युमेंट्सची एक साखळी तयार करत असतो. कारण गणितातले नियम हे लॉजिकच्या भक्कम पायावर उभे असतात. एखाद्या प्रश्नविषयी आपल्या डोक्यात जे अनेक गुंतागुंतीचं विचारचक्र चाललेलं असतं त्या विचारांची साखळी करून ती शब्दांत कशी मांडायची? त्याकरता आपण इक्वेशनमधील सिम्बॉल्सच्या ज्या हालचाली करत असतो ते गणिती शॉर्टहॅन्ड नोटेशन असतं. न्यूटनच्या काळात इक्वेशनची पद्धत रूढ नव्हती. म्हणून त्यांनं शोधून काढलेले गतीविषयक नियम हे बरेचसे शब्दरूप होते. उदाहरणार्थ, न्यूटनचा दुसरा नियम जो सर्वांना $f = m \times a$ म्हणून माहीत आहे, तसा तो न्यूटनच्या जगप्रसिद्ध ऐतिहासिक 'प्रिन्सिपिया मॅथेमॅटिका' या मूळ ग्रंथात कुठंही नाही. कालांतरानं त्याला इक्वेशनचं ($f = m \times a$) रूप दिलं गेलं, जे आज आपल्या पाठ्यपुस्तकात दिसतं. आपण इक्वेशनमध्ये वापरतो ते '=', इज इक्वल टू/ इक्वल्स हे सिम्बॉल सोळाव्या शतकाच्या उत्तरार्धात एका वेल्श गणितीनं पहिल्यांदा वापरलं. न्यूटननं जे स्वतः प्रत्यक्ष लिहिलं होतं ते असं,

'*A change in motion is proportional to the motive force impressed and takes place along the straight line in which that force is impressed.*'

(हे आजच्या इंग्रजीमध्ये लिहिलेलं आहे. कारण मूळ ग्रंथ त्या वेळच्या प्रचलित लॅटिन भाषेत लिहिलेला आहे.)

एखाद्या वेळी एखाद्या इक्वेशनमधल्या सिम्बॉल्सची नवनवीन मांडणी करत असताना, अजाणतेपणी किंवा जाणूनबुजून केलेल्या एखाद्या पुनर्मांडणीतून एक असं नवीन इक्वेशन मिळतं, जे आत्तापर्यंत दडलेलं निसर्गातलं एखादं रहस्य आपल्यापुढे उलगडून ठेवतं. गणिती पद्धतीत इक्वेशनबरोबर असा संवाद साधायचा असतो जेणेकरून ते एखादं रहस्य प्रकट करू शकेल! 'निसर्गाचं मनोगत' या मागील एका लेखात आपण मॅक्सवेलच्या इक्वेशनची जादू पाहिली. इक्वेशनमधल्या सिम्बॉल्सची नवनवीन मांडणी करण्यासाठी सर्जनशीलता लागते. कारण सुरुवातीला सिम्बॉल्सची कुठली हालचाल (manipulation) करायची हे कळत नसतं. मॅक्सवेल अनेक प्रकारांनी इक्वेशनचं रूपांतरण करू शकला असता आणि ते गणिती नियम वापरूनच केलेलं असल्यामुळे तर्कशुद्धच झालं असतं. (उदाहरणार्थ, नेहमींच्या मानवी भाषेत 'मांजरानं उंदराला खाल्लं' या वाक्याचं, 'उंदरानं मांजराला खाल्लं' असं रूपांतरही

व्याकरणदृष्ट्या बरोबरच आहे. त्याला व्यवहारात, आपल्या अनुभवांनुसार, काही अर्थ नाही म्हणून ते आपण सोडून देतो. पण कुणास ठाऊक हजारो, लाखो वर्षांनंतर ते कदाचित व्यवहारातलं सत्यही असेल!) वास्तविक मॅक्सवेलला तो बाहेरच्या जगात काय शोधतो आहे हे काहीच माहीत नव्हतं. त्यामुळे मूळ इक्वेशनची अनेक रूपांतरं करूनही कदाचित त्याला काहीच मिळालं नसतं, पण सुदैवानं त्या इक्वेशनलाच कदाचित निसर्गातलं एक गूढ सांगायचं होतं. म्हणून थोडा 'आग्रह' केल्यावर त्या इक्वेशननं वेव्ह इक्वेशन जगाला दिलं! म्हणजेच विद्युत आणि चुंबकत्त्व हे एकत्र आल्यावर उर्जेच्या अदृश्य लाटेत कसे रूपांतरित होतात आणि प्रकाशाच्या वेगानं प्रसरतात ते सांगितलं! आणि मागच्याच लेखात सांगितल्याप्रमाणं पुढच्या दहा वर्षांच्या अवधीत जग बदललं. गणितामुळे क्रांती झाली! आपल्याला शाळेत 'औद्योगिक क्रांती', 'राजकीय क्रांती' शिकवली जाते; पण सर्व मानवजातीला स्पर्श करणारी व त्यांचं वैयक्तिक आणि सामाजिक जीवन आमूलाग्र बदलणारी गणितातली क्रांती आपल्याला गणिताच्या तासाला का सांगितली जात नाही मला माहीत नाही.

या आधी आपण पाहिलं होतं, की कोणतंही मोजमापाचं साधन न घेता केवळ गणिताच्या साहाय्यानं अंतर मोजता येतं. पण जर पृथ्वीचा परीघ मोजायचा असेल तर? कोणती पट्टी किंवा टेप आणणार आणि आणली तरी कसं मोजणार? पण सुमारे दोन हजार वर्षांपूर्वी एरॅटोस्थेनिझ या ग्रीक गणितीनं टेप वापरून नव्हे, तर गणित वापरून आपल्या पृथ्वीचा परीघ किती ते शोधून काढलं. तो इजिप्तमधल्या अलेक्झांड्रिया शहरात राहत होता. त्याच्या कानावर असं आलं, की अलेक्झांड्रियाच्या दक्षिणेस साईनी नावाचं एक शहर आहे, जिथं दक्षिणायनाच्या दिवशी म्हणजे २१ जूनला माध्यान्ही सूर्य बरोबर डोक्यावर आला असताना पडणारी सावली बरोबर पायाखाली येते. अलेक्झांड्रियामध्येही असंच घडतं का हे पाहायचं त्यांनं ठरवलं. तेव्हा २१ जूनला त्यांनं एक काठी जमिनीत बरोबर उभी रोवली आणि मध्यान्ही सावली कुठं पडते याची वाट पाहत बसला. सावली पडली, पण बरोबर पायाखाली नाही, तर ती ७.२ डिग्रीनं कललेली होती. (याचं चित्ररूप आपण इंटरनेटवर पाहू शकता.) त्यानं विचार केला, की जर सूर्याची किरणं एकाच वेळी एकाच दिशेनं समांतर येतात आणि साईनीमधल्या काठीची सावली तिच्या तळाशी असल्यामुळे दिसत नाही. पण अलेक्झांड्रियामध्ये सावली दिसते. याचा अर्थ असा होतो, की आपली पृथ्वी सपाट नसून गोलाकार आहे. हेच त्याआधी पायथागोरसनंही म्हटलं होतं आणि नंतर ऑरिस्टॉटलनं त्याला दुजोराही दिला होता. पण एरॅटोस्थेनिझ एक पाऊल पुढे गेला आणि त्यानं जिओमेट्री वापरून पृथ्वीचा परीघ किती आहे ते सांगितलं. कसं?

सावलीच्या कोनामध्ये गोल पृथ्वीच्या ३६० डिग्रीपैकी ७.२ डिग्रीचा फरक होता

आणि दोन शहरांमधलं अंतर होतं आताच्या भाषेत साधारण ८०० कि.मी. साधं गुणोत्तर (८०० x ३६०/७.२) वापरून त्यानं सांगितलं, की पृथ्वीचा अंदाजे परीघ ४०,००० कि.मी. आहे. आधुनिक विज्ञानानं तो ४०,०७५ कि.मी. ठरवलेला आहे. बघा, दोन हजार वर्षांपूर्वी एॅरॅटोस्थेनीझकडे होतं केवळ कुतूहल, एक काठी, स्वत:ची बुद्धी, पण जोडीला होती गणिताची शक्ती! असंच पृथ्वीपासून चंद्र किती दूर अंतरावर आहे, हेही त्याने त्यावेळी 'गणिताचा टेप' घेऊन 'मोजलं' होतं! अशा गोष्टी शाळेच्या पाठ्यपुस्तकात आल्या, तर कुणाची हरकत असणार आहे? पण 'परीक्षेत' हे नसल्यामुळे ते आउट ऑफ क्लासरूम!

सिल्लबसवरून आठवलं, पुणे विद्यापीठाचे माजी कुलगुरू प्रसिद्ध शास्त्रज्ञ डॉ. व्ही. जी. भिडे एकदा आमच्या कॉलेजमध्ये आले असताना आम्हा शिक्षकांशी बोलताना म्हणाले होते, 'सिल्लबस कव्हर करायचा नसतो, तर अनकव्हर करायचा असतो!'

∞

वर्गात एखादा नवीन टॉपिक सुरू करण्याआधी, मी त्या विषयावरचा, पुस्तकातला सर्वात अवघड वाटणारा प्रॉब्लेम आधी निवडतो. तो सांगितल्यावर मुलं लगेच आरडाओरड करतात. 'सर, आम्हाला हे शिकवलं नाहीये!' 'बरोबर. पण ग्रॅव्हिटी तरी न्यूटनला आधी कुणी शिकवली होती?' अशी सुरुवात करून, त्या प्रश्नाशी खेळता खेळता त्या मूळ प्रश्नात काय काय उपप्रश्न दडलेले आहेत, त्यांचा एकमेकांशी काय व कसा संबंध आहे असं त्या प्रश्नाचं विश्लेषण, 'टॉप-डाऊन' पद्धत वापरून प्रथम करून घेतो. प्रश्न सोडवण्याकरता मग फार प्रयत्न करावे लागत नाहीत. अशा वेळी एकाच प्रश्नात अनेक प्रश्न सोडवले जातात आणि मुख्य फायदा म्हणजे सगळ्यात अवघड दिसणारा किंवा अवघड वाटणारा प्रश्न सहज सोडवल्यावर मुलांना जो आत्मविश्वास येतो, त्यामुळे त्यांना गणित सोपं वाटतं आणि आवडतंही.

प्रश्नापासून उत्तरापर्यंत, कल्पनेचा आणि विचारांचा एक प्रवास असतो. त्याकरता 'प्रश्न विचारणं' हे फार महत्त्वाचं आणि पॉवरफुल हत्यार लागतं. सुदैवानं ते जन्मजात सगळ्यांकडे असतं. पण ते म्यानातून बाहेर काढायला आपण मुलांना संधीच देत नाही! प्रवासात आपण जेव्हा एका गावाहून दुसऱ्या गावाला जात असतो, तेव्हा आजूबाजूच्या सृष्टिसौंदर्याचाही आनंद घेऊ शकतो. एअर कंडिशन्ड बसमध्ये बंद काचेच्या आत बसून एखाद्या गावाचं 'बघणं' होईल. पण त्याच गावात पायी हिंडलो, थोडं थांबलो, तिथल्या लोकांशी गप्पा मारल्या तर त्या गावाचं 'दर्शन' होईल. गणित सोडवताना असं झालं तर मुलं टीव्हीसमोर जशी खिळून बसतात, तशीच गणिताच्या तासाला बसल्यावरही उठायला तयार नसतात असा अनुभव येतो. पण बऱ्याच वेळा टुरिस्ट कंपनीच्या 'तीन

दिवसांत चार देश' बघण्यासारखे आपल्या शाळेत दहा महिन्यांत गणिताच्या चौदा टॉपिक्सचं साइटसीइंग होतं. तोंडओळख होते, पण परिचय होत नाही, मैत्री फुलत नाही. पूर्वीचे चांगले संगीत गुरू शिष्यांकडून सबंध वर्षांत फक्त एकच राग तयार करून घेत. त्यामध्ये संगीतातल्या एखाद्या रागाच्या 'व्याकरणा'पेक्षा रागाचा 'विचार' आणि विस्तार कसा करायचा, त्या रागाच्या अंतरंगात जाऊन आनंद कसा घ्यायचा याचं शिक्षण असे. कारण एकदा ते आत्मसात झालं, की पुढच्या रागाच्या वेळी त्या रागाचं व्याकरण शिकून त्याचा विचार कसा करायचा हे सहज समजतं.

कुठल्याही समस्येचं समाधान करताना समग्र, लॉजिकल आणि 'सिस्टिम' दृष्टीकोन ठेवणं म्हणजे गणिती विचारपद्धती. नुसती अंकगणितं किंवा बीजगणितं सोडवणं याच्या आधी गणिती विचार आहे. एखाद्या प्रश्नाकडे बघताना त्याच्या मुळाशी काय आहे ते पाहणं, त्याचं विश्लेषण करणं आणि अशा प्रश्नांमागे काही समान सूत्र आहे का हे शोधणं ही आहे गणिती विचारपद्धती. 'भगवद्गीते'त अशी गणिती विचारपद्धती श्रीकृष्णानं वापरलेली आहे आणि एका अर्जुनाचा त्या वेळेचा, त्या ठिकाणाचा आणि त्या प्रसंगाचा प्रश्न घेऊन संपूर्ण मानवजातीला कोणत्याही प्रसंगात लागू पडेल अशी उपाययोजना मांडली आहे. म्हणून पायथागोरसचा सिद्धांत जसा गेल्या अडीच हजार वर्षांत अबाधित राहिला आणि जो आजही अनिवार्यपणे वापरला जातो तशी पाच हजार वर्षांनंतरही 'गीता' अबाधित राहिली आहे आणि आजही त्यातले सिद्धांत कालबाह्य झालेले नाहीत. स्टीव्हन स्ट्रोगॅट्झ हे कॉर्नेल विद्यापीठातले गणिताचे (Applied Mathematics) प्राध्यापक आणि मान्यवर शिक्षक आहेत. त्यांचं म्हणणं आहे, 'आपण शाळेत शिकतो, तेवढ्यापुरतंच गणित मर्यादित नाही. तर शाळेबाहेरच्या जगात गणितासंबंधी खूपच मनोरंजक आणि व्यवहारातही उपयोगी पडणाऱ्या गोष्टी आहेत.' अशा गोष्टींतील सौंदर्य आणि विस्मय मुलांना दाखवला गेला, तर गणिती विचारपद्धती मुलांना सहज आत्मसात करता येईल.

ही विचारपद्धती शालेय शिक्षणातच मुलांनी ग्रहण करून आत्मसात करायची असते (लर्निंग बाय हार्ट). पण असं न होण्याचं एक कारण म्हणजे पाठ्यपुस्तकात जे वेगवेगळे टॉपिक असतात, त्यांचा एकमेकांशी संबंध क्वचितच दाखवलेला असतो. उदाहरणार्थ, मी एकदा आठवीच्या वर्गात शिकवत होतो. सुरुवात करण्याआधी सगळं पुस्तक चाळलं. अल्जेब्राच्या पुस्तकाची सुरुवात क्यूब आणि क्यूब रूटनं केली आहे. त्याला काही आगा-पीछा किंवा संदर्भ नाही. (आणि आजकाल जिथं पाढे पाठ करायचे नसतात, तिथं घनमूळ हातानं कोण काढतंय!) नुसती व्याख्या दिली आणि सांगितलं ह्याचा क्यूब काढा, त्याचा क्यूब रूट काढा. संपला चॅप्टर. पुढचा टॉपिक इंडायसेस.

त्यात फ्रॅक्शनल इंडेक्स आणि त्याचे नियम. संपला चॅप्टर. पुढचा टॉपिक कन्स्ट्रक्शन ऑफ क्वाड्रिलॅटरल, मग सर्कल, त्यानंतर बार ग्राफ, कम्पाउंड इंटरेस्ट. कशाचा कशाशी संबंध नाही. या संकल्पना काही वेगवेगळ्या बेटांवर राहत नाहीत. एकमेकांशी निगडित आहेत. समजा, तुम्हाला टीव्हीवर एक चांगला सिनेमा बघायचा आहे. तुम्ही बघायला सुरुवात केली, पण टीव्हीचा रिमोट दुसऱ्याच कुणाच्या हाती असेल आणि त्यानं सारखं चॅनेल बदलायला सुरुवात केली तर तुमची अवस्था काय होईल? तशी अवस्था त्या बिचाऱ्या मुलांची गणित शिकताना होत असणार.

अशी वेळ येऊ नये असं वाटत असेल, तर पुन्हा मूळ पदावर येताना प्रा. यशपालांच्या शब्दांत म्हणेन, 'समजणं म्हणजे मजा!' आणि तेच लिओनार्डो दा विंचीच्या शब्दांत 'The noblest pleasure is the joy of understanding' (एखादी गोष्ट यथार्थपणे समजणं यासारखा दुसरा निर्भेळ आनंद नाही.) असा आनंद, निदान गणिताच्या तासाला तरी मुलांना देणं हे शिक्षणव्यवस्थेचे उत्तरदायित्व आहे, पण दुर्दैवानं 'माहिती असणं' म्हणजे 'समजणं' किंवा माहिती म्हणजेच ज्ञान हा गैरसमज आपल्या एकूणच समाजमानसामध्ये आणि म्हणून पर्यायानं शिक्षणपद्धतीतही रूढ आहे. गणिताच्या बाबतीत तरी ही परिस्थिती बदलू शकते, पण त्याकरता मुळाकडे जायला पाहिजे... 'गणित म्हणजे काय?', 'ते का शिकायचं?' आणि 'त्यात काय शिकायचं?' हे यक्षप्रश्न 'समजले', तर गणित शाळेत का आणि कसं अवघड झालं ते कळेल. मग...

'ऑल इज वेल!'

∞

निरोप घेताना...

गेली अनेक वर्षं ज्यांनी मला गणित शिकायला आणि शिकवायला मदत केली आणि खूप आनंद दिला त्या माझ्या या 'पुस्तक मित्रां'चे मनःपूर्वक आभार!

1. The Ascent of Man: Jacob Bronowski, BBC Books, London, 1973

2. Mathematician's Lament: How School Cheats Us Out of Our Most Fascinating and Imaginative Art Form, Bellevue Literary Press, New York, 2009

3. The Great Equations: the Hunt for Cosmic Beauty in Numbers, Robert P. Crease, Constable & Robinson, London, 2009

4. The Joy of X: A Guided Tour Of Math, from One to Infinity, Steven Strogatz, Harper Collins, USA, 2012

5. Elementary and Middle School Mathematics: Teaching Developmentally, John A. Van De Walle, Fifth edition, Pearson, USA, 2004

6. Love & Math: The Heart of Hidden Reality, Edward Frenkel, Basic Books, New York, 2013

7. HOW NOT TO BE WRONG: THE HIDDEN MATHS OF EVERYDAY LIFE, Jordan Ellengerg, Penguin Books,

London, 2014

8. The UNIVERSE in ZERO WORDS: THE STORY OF MATHEMATICS AS TOLD THROUGH EQUATIONS, Dana Mackenzie, Princeton University Press

9. Math Better Explained: Learn to Unlock Your Math Intuition, Kalid Azad, Seattle, WA, USA

10. Teaching Outside the Box: How to grab your students by their Brains, LouAnne Johnson, Wiley, USA

11. How to Solve it: A New Aspect of Mathematical Method, G. Polya, Princeton University Press, USA,1945

12. The Story of Science: NEWTON AT THE CENTER, Joy Hakim, Smithsonian, Washington, 2005

13. CAKES, CUSTARD + CATEGORY THEORY: Easy recipes for understanding complex maths, Eugenia Cheng, Profile Books, London, 1015

14. आळशी माणसाचा विषय गणित, डॉ. प्रकाश जोशी, मनोविकास प्रकाशन, पुणे. २०१२

15. शाळाभेट, नामदेव माळी, साधना प्रकाशन, पुणे. २०१२

16. The Classroom, Michael James D'Amato, iUniverse, USA, 2005

17. Birth of a Theorem: A MATHEMATICAL ADVENTURE, Cedric Villani, The Bodley Head, London, 2015

18. The Language of Mathematics: Making the Invisible Visible, Keith Devlin, Henry Holt & Co., New York, 1998

19. 50 mathematical ideas you really need to know, Tony Crilly, Quercus, London, 2007

20. Measurement: Paul Lockhart, Harvard University Press, USA, 2012

21. Infinite Powers: The Story of Calculus the Language of the Universe, Steven Strogatz, Haughton Mifflin Harcourt, New York 2019

22. A Brief history of Mathematical Thought: Key Concepts

and where they come from, Luke Heaton, Robinson, UK, 2015

23. Rediscovering Mathematics: You Do the Math, Shai Simonson, Mathematical Association of America, 2011

24. Are Numbers Real?, Brian Clegg, St. Martins Place, New York, 2016

25. 'गणिती': गणिताची आवड निर्माण करणारी एक रसिली सफर, अच्युत गोडबोले आणि माधवी ठाकूरदेसाई, मनोविकास प्रकाशन, पुणे. २०१३

याशिवाय, गणितावर अनेक अंगांनी लिहून, माझी गणिताची समज वाढवण्यास मदत केली अशा अनेक 'ब्लॉग मित्रां'ना बिग थँक यू!

∞

लेखक परिचय

- कॉलेज ऑफ इंजिनीअरिंग पुणे - इलेक्ट्रॉनिक्स आणि टेलिकम्युनिकेशन शाखेत मास्टर ऑफ इंजिनीअरिंग केले.
- डिपार्टमेंट ऑफ इलेक्ट्रॉनिक्स, भारत सरकार, नवी दिल्ली येथे आठ वर्षे सीनिअर सायंटिफिक ऑफिसर म्हणून काम केले.
- कॅनडा, अमेरिका आणि ऑस्ट्रेलियामध्ये पंचवीस वर्षे कॉम्प्युटर सॉफ्टवेअर इंजिनीअर म्हणून काम केले.
- पीआयसीटी, पुणे आणि डी. वाय. पाटील इंजिनीअरिंग कॉलेजमध्ये पाच वर्षे प्रोफेसर आणि हेड ऑफ डिपार्टमेंट म्हणून काम केले.
- सिम्बॉयसिस इंटरनॅशनल युनिव्हर्सिटीत दहा वर्षे एमबीए आणि एमसीएसाठी व्हिजिटिंग फॅकल्टी म्हणून काम केले.
- ऑस्ट्रेलिया आणि पुण्यातील शाळेत गणिती विचारपद्धतीचे अध्यापन केले.
- लंडनच्या रॉयल इन्स्टिट्यूशनमध्ये शालेय विद्यार्थ्यांचे गणिताचे दोन मास्टर क्लासेस घेतले.
- आवडीच्या गोष्टी - ट्रेकिंग, हिंदुस्थानी शास्त्रीय संगीत आणि वाचन.

∞

Real learning comes about when the
competitive spirit has ceased.
- J. Krishnamurti -

स्पर्धात्मक भावना जिथे थांबते, तिथे खरे शिक्षण सुरू होते.
- जे. कृष्णमूर्ती -
जागतिक कीर्तीचे भारतीय तत्त्वज्ञ